泰国文学概况

熊来湘　马继彬　薛　青　主　编
曹凌静　张红云　田昌丽　副主编

云南出版集团
云南人民出版社

图书在版编目（CIP）数据

泰国文学概况 / 熊来湘，马继彬，薛青主编；曹凌静，张红云，田昌丽副主编. -- 昆明：云南人民出版社，2023.9

ISBN 978-7-222-22008-9

Ⅰ. ①泰… Ⅱ. ①熊… ②马… ③薛… ④曹… ⑤张… ⑥田… Ⅲ. ①文学欣赏－泰国 Ⅳ. ①I412.06

中国国家版本馆CIP数据核字(2023)第143216号

责任编辑： 赵 红 溥 思
责任校对： 王 逍
封面设计： 余仲勋
责任印制： 代隆参

泰国文学概况

TAIGUO WENXUE GAIKUANG

熊来湘 马继彬 薛 青 主 编
曹凌静 张红云 田昌丽 副主编

出 版 云南出版集团 云南人民出版社
发 行 云南人民出版社
社 址 昆明市环城西路609号
邮 编 650034
网 址 www.ynpph.com.cn
E-mail ynrms@sina.com
开 本 889mm×1194mm 1/16
印 张 6.75
字 数 230千
版 次 2023年9月第1版第1次印刷
印 刷 云南灵彩印务包装有限公司
书 号 ISBN 978-7-222-22008-9
定 价 58.00元

云南人民出版社微信公众号

如需购买图书、反馈意见，请与我社联系

总编室：0871-64109126 发行部：0871-64108507 审校部：0871-64164626 印制部：0871-64191534

สารบัญ

บทที่ ๑ ความรู้ทั่วไปของวรรณคดีไทย / 1

บทที่ ๒ วรรณคดีสมัยกรุงสุโขทัย / 24

บทที่ ๓ วรรณคดีสมัยกรุงศรีอยุธยา / 39

บทที่ ๔ วรรณคดีสมัยกรุงธนบุรี / 56

บทที่ ๕ วรรณคดียุครัตนโกสินทร์ / 69

บทที่ ๖ นิทานพื้นบ้านประจำ ๔ ภาคของไทย / 88

บทที่ ๑ ความรู้ทั่วไปของวรรณคดีไทย

文学是以语言为手段塑造形象来反映社会生活、表达作者思想感情的一种艺术形式。泰国文学通常以王朝为基准，划分为4个时期的文学，即素可泰王朝、大城王朝、吞武里王朝和曼谷王朝时期的文学。其中，大城王朝时期的文学又分为初期、中期、后期3个时期，曼谷王朝时期的文学分为初期文学、中期文学和现代文学。

🕮 ความหมายของวรรณคดี

วรรณคดี หมายถึง วรรณกรรมหรืองานเขียนที่ยกย่องกันว่าดี มีสาระ และมีคุณค่าทางวรรณศิลป์มีคุณค่าสามารถทำให้ผู้อ่านเกิดอารมณ์สะเทือนใจ มีความคิดเป็นแบบแผนใช้ภาษาที่ไพเราะเหมาะแก่การให้ประชาชนได้รับรู้ เพราะสามารถยกระดับจิตใจให้สูงขึ้นรู้ว่าอะไรควรหรือไม่ควร การใช้คำว่าวรรณคดีเพื่อประเมินค่าของวรรณกรรมเกิดขึ้นในพระราชกฤษฎีกาตั้งวรรณคดีสโมสรในสมัยรัชกาลที่ 6

🕮 การแบ่งประเภทของวรรณคดีไทย

วรรณคดีที่อาจจำแนกตามเกณฑ์กับลักษณะต่างๆ ของวรรณคดีดังต่อไปนี้

๑. จำแนกตามลักษณะของการเขียน

๒. จำแนกตามลักษณะเนื้อเรื่อง

๓. จำแนกตามลักษณะการถ่ายทอด

๔. จำแนกตามลักษณะเนื้อหา

๕. จำแนกตามที่มา

๖. จำแนกตามคุณค่าที่มุ่งให้ผู้อ่าน

หนังสือเล่มนี้เน้นเฉพาะการแบ่งตามคำประพันธ์หรือแบ่งตามลักษณะในการเขียนจำแนกได้ ๒ ประเภทดังนี้

๑.ร้อยกรอง (poetry/verse)

ร้อยกรอง คือ การเขียนหรืองานเขียนที่บังคับรูปแบบฉันทลักษณ์ในลักษณะต่างๆ บางทีเรียกงานเขียนประเภทนี้ว่า กวีนิพนธ์หรือคำประพันธ์ เป็นการเขียนที่มีลักษณะคล้องจองบังคับจำกัดจำนวนคำกำหนดคณะเสียงสูง-ต่ำหรือเสียงหนัก-เบา มีรูปแบบกำหนดไว้แต่ละชนิด ยังหมายถึงงานเขียนประเภทอื่นอีกด้วยคือโคลง ฉันท์ กาพย์ กลอน ร่าย ลิลิต กลบท ฯลฯ

๒. ร้อยแก้ว (prose)

ร้อยแก้ว คือ การเขียนหรืองานเขียนที่มีลักษณะเป็นความเรียงธรรมดา ไม่มีการบังคับรูปแบบฉันทลักษณ์ การเขียนในลักษณะนี้ยังแบ่งออกเป็นจำพวก นิยาย นิทาน บทความ ตำนาน ฯลฯ

🕮 ประวัติวรรณคดีไทย

การแบ่งสมัยของวรรณคดีไทยมีอยู่หลายแบบ แต่สรุปได้โดยถือเอาเมืองหลวงเป็นจุดศูนย์กลางจึงแบ่งออกเป็น ๔ สมัย

๑. สมัยสุโขทัย พ.ศ. ๑๘๐๐-๑๙๒๐

๒. สมัยกรุงศรีอยุธยา พ.ศ. ๑๘๙๓-๒๓๑๐

๓. สมัยกรุงธนบุรี พ.ศ. ๒๓๑๐-๒๓๒๕

๔. สมัยกรุงรัตนโกสินทร์ พ.ศ. ๒๓๒๕- ปัจจุบัน

วรรณคดีสมัยสุโขทัย

สมัยสุโขทัยระหว่างรัชกาลพ่อขุนรามคำแหงมหาราช จนถึงรัชกาลพญาลิไท หรือพระมหาธรรมราชาที่ ๑ (พ.ศ.๑๘๐๐ ถึง พ.ศ. ๑๙๒๐)

วรรณคดีสมัยสุโขทัยที่มีอยู่ในปัจจุบัน มี ๔ เรื่อง คือ

- ศิลาจารึกของพ่อขุนรามคำแหง (ศิลาจารึกหลักที่ ๑)
- สุภาษิตพระร่วง (บัญญัติพระร่วง) ไม่ปรากฏนามผู้แต่ง
- เตภูมิกถา (ไตรภูมิพระร่วง) ผู้แต่งคือพญาลิไท

- นางนพมาศ (ตำรับท้าวศรีจุฬาลักษณ์) ผู้แต่งคือนางนพมาศ

วรรณคดีสมัยกรุงศรีอยุธยา

นักประวัติวรรณคดีไทยได้แบ่งยุคสมัยของวรรณคดีไทยสมัยอยุธยาไว้เป็น ๓ ยุคดังนี้

ยุคที่ ๑ วรรณคดีไทยสมัยอยุธยาตอนต้น

ตั้งแต่สมัยสมเด็จพระรามาธิบดีที่ ๑ จนถึงสมัยพระเจ้าทรงธรรม ช่วงระหว่าง พ.ศ.๑๘๙๓ ถึง พ.ศ. ๒๑๗๑ รวมเวลา ๒๗๘ ปี มีวรรณคดี ๕ เรื่อง ดังนี้

- ลิลิตโองการแช่งน้ำ
- มหาชาติคำหลวง
- ลิลิตพระลอ
- ลิลิตยวนพ่าย
- กาพย์มหาชาติ

ยุคที่ ๒ วรรณคดีไทยสมัยอยุธยาตอนกลาง

ตั้งแต่สมัยสมเด็จพระเจ้าปราสาททอง จนถึงสมัยสมเด็จพระนารายณ์มหาราช ช่วงระหว่าง พ.ศ. ๒๑๗๒ จนถึง พ.ศ.๒๒๓๑ รวมเวลา ๕๘ ปี มีวรรณคดี ๑๗ เรื่อง คือ

- โคลงนิราศหริภุญชัย
- สมุทรโฆษคำฉันท์
- โคลงภาษิต ๓ เรื่อง ได้แก่ พาลีสอนน้อง ทศรถสอนพระราม และราชสวัสดิ
- เพลงยาวพยากรณ์กรุงศรีอยุธยา
- โคลงเฉลิมพระเกียรติพระเจ้าปราสาททอง
- เสือโคคำฉันท์
- พระราชพงศาวดารกรุงเก่า ฉบับหลวงประเสริฐอักษรนิติ
- จินดามณี ของพระโหราธิบดี
- โคลงกาสรวลศรีปราชญ์ ของศรีปราชญ์
- อนิรุทธ์คำฉันท์ ของศรีปราชญ์

- โคลงอักษรสามหมู่ ของพระศรีมโหสถ

- โคลงเฉลิมพระเกียรติสมเด็จพระนารายณ์มหาราช ของพระศรีมหาโอสถ

- กาพย์ห่อโคลง ของพระศรีมโหสถ

- โคลงของทวาทศมาส มีกวีร่วมกันแต่งสามคน คือ ขุนพรหมมนตรี ขุนศรีกวีราชและขุนสารประเสริฐ

- คำฉันท์ดุษฎีสังเวยกล่อมช้าง ของขุนเทพกวี (พราหมณ์)

- ราชาพิลาปคำฉันท์ (ไม่ทราบผู้แต่ง)

- นิราศนครสวรรค์ ของพระศรีมโหสถ

ยุคที่ ๓ วรรณคดีไทยสมัยอยุธยาตอนปลาย

ตั้งแต่สมัยสมเด็จพระเจ้าบรมโกศ จนถึงสมเด็จพระเจ้าเอกทัศ ช่วงระหว่าง พ.ศ.๒๒๗๕ ถึง พ.ศ. ๒๓๑๐ รวมเวลา ๓๕ ปี มีวรรณคดี ๑๔ เรื่อง ดังนี้

- โคลงชะลอพระพุทธไสยาสน์ พระราชนิพนธ์สมเด็จพระเจ้าเอกทัศ

- จินดามณี ฉบับพระเจ้าบรมโกศ

- บทละครเรื่องอิเหนาใหญ่หรือดาหลังพระนิพนธ์ในเจ้าฟ้าหญิงกุลฑล

- บทละครเรื่องอิเหนาเล็กหรืออิเหนาพระนิพนธ์ในเจ้าฟ้าหญิงมงกุฎ

- โคลงนิราศเจ้าอภัย พระนิพนธ์ในเจ้าฟ้าอภัย

- นันโทปนันทสูตรคาหลวง พระนิพนธ์ในเจ้าฟ้าธรรมธิเบศร

- พระมาลัยคำหลวง พระนิพนธ์ในเจ้าฟ้าธรรมธิเบศร

- บทเห่เรือ บทเห่เรื่องกากี บทเห่สังวาสและบทเห่ครวญพระนิพนธ์ในเจ้าฟ้าธรรมธิเบศร

- กาพย์ห่อโคลงนิราศธารทองแดง พระนิพนธ์ในเจ้าฟ้าธรรมธิเบศร

- กาพย์ห่อโคลงนิราศธารโศก พระนิพนธ์ในเจ้าฟ้าธรรมธิเบศร

- เพลงยาว พระนิพนธ์ในเจ้าฟ้าธรรมธิเบศร

- ปุณโณวาทคำฉันท์ ของพระมหานาค วัดท่าทราย

- โคลงนิราศพระพุทธบาท ของพระมหานาค วัดท่าทราย

- ศิริวิบุลกิตติ ของหลวงศรีปรีชา (เซ่ง)

วรรณคดีสมัยกรุงธนบุรี

วรรคดีสมัยกรุงธนบุรีเป็นบทประพันธ์ร้อยกรองทั้งหมด มีครบทั้งโคลง ฉันท์ กาพย์ กลอนร่าย เนื้อหาสาระมีหลากหลาย แต่ที่เน้นเป็นพิเศษก็คือ สรรเสริญพระมหากษัตริย์ ศาสนา ให้คติธรรมสั่งสอนและความบันเทิงใจ วรรณคดีสมัยกรุงธนบุรีมีดังต่อไปนี้

- บทละครเรื่องรามเกียรติ์
- ลิลิตเพชรมงกฎ
- อิเหนาคำฉันท์
- โคลงยอพระเกียรติพระเจ้ากรุงธนบุรี
- กฤษณาสอนน้องคำฉันท์
- นิราศกวางตุ้ง
- เพลงยาว
- นิทานปาจิตตกุมารกลอนอ่าน

(อ้างจาก: เอกรัตน์ อุดมพร.วรรณคดีสัยกรุธนบุรี[M].กรุงเทพมหานคร:สำนักพิมพ์พัฒนาศึกษา, 2552.)

วรรณคดีสมัยกรุงรัตนโกสินทร์

วรรณคดีสมัยกรุงรัตนโกสินทร์แบ่งออกได้ ๓ ตอน

วรรณคดีสมัยรัตนโกสินทร์รัชกาลที่ ๑-๒-๓

วรรณคดีสมัยรัตนโกสินทร์รัชกาลที่ ๑-๒-๓ เริ่มตั้งแต่ประมาณพ.ศ ๒๓๒๕-๒๔๑๑ โดยเริ่มตั้งแต่สมัยพระบาทสมเด็จพระพุทธยอดฟ้าจุฬาโลกมหาราช จนถึงสมัยพระบาทสมเด็จพระนั่งเกล้าเจ้าอยู่หัวพระบาทสมเด็จพระพุทธยอดฟ้าจุฬาโลกมหาราชรัชกาลที่ ๑ พระองค์ทรงเป็นกษัตริย์พระองค์แรกแห่งกรุงรัตนโกสินทร์แม้จะเป็นที่เลื่องลือว่าพระองค์ทรงเชี่ยวชาญชำนาญการรบ จนสามารถปราบปรามพม่า ญวน เขมรได้อย่างราบคาบ แต่ก็ทรงเองพระทัยเป็นอย่างยิ่งในการพระศาสนา นิติศาสตร์ รัฐศาสตร์ สถาปัตยกรรม นาฏศิลป์ และวรรณคดี ในเวลานี้มีวรรณคดีเรื่องดังนี้

- เพลงยาวรบพม่าที่ท่าดินแดง
- บทละครเรื่องรามเกียรติ์

- บทละครเรื่องอุณรุท
- บทละครเรื่องอิเหนา
- บทละครเรื่องดาหลัง
- กฎหมายตราสามดวง
- นิทานอิหร่านราชธรรม
- การรวบรวมพงศาวดาร
- สามก๊ก
- ราชาธิราช
- ร่ายยาวมหาเวสสันดรชาดกกัณฑ์กุมารและกัณฑ์มัทรี
- กากีคำกลอน
- สมบัติอัมรินทร์คำกลอน
- ลิลิตศรีวิชัยชาดก
- ลิลิตพยุหยาตราเพชรพวง
- ไตรภูมิโลกวินิจฉัย
- ร่ายยาวมหาเวสสันดรชาดกกัณฑ์มหาพน
- มหาชาติคำหลวง กัณฑ์ทานกัณฑ์
- นิราศตลาดเกรียบ
- โคลงกระทู้เบ็ดเตล็ด
- นิราศเสด็จไปรบพม่าที่นครศรีธรรมราช
- เพลงยาวนิราศเสด็จไปตีเมืองพม่า
- เพลงยาวถวายพยากรณ์เมื่องเพลิงไหม้พระที่นั่งอมรินทราภิเษกมหาปราสาท
- ไซ่ฮั่น

พระบาทสมเด็จพระพุทธเลิศหล้านภาลัยรัชกาลที่ ๒ พระองค์เป็นพระโอรสในรัชกาลที่ ๑ ทรงมีประสบการณ์ด้านการทหารแต่พอควรทรงรอบรู้การบริหารราชการบ้านเมืองจาก พระราชบิดา เมื่อขึ้นครองราชย์ต่อจากพระราชบิดาได้ทรงทำนุบำรุงบ้านเมืองให้เจริญก้าวหน้าในทุกๆ ด้าน เพราะการสงครามมีน้อย

ทำให้ทรงมีเวลาในการสร้างบ้านบริหารเมืองมากขึ้น สิ่งที่ฟูเฟื่องเลื่องลือเหนืออื่นใดในสมัยนี้ก็คือวรรณคดีที่ได้รับการพัฒนาให้เจริญอย่างสูงสุด จนได้รับการขนานนามว่าเป็นยุคทองของวรรณคดี และวรรณคดีที่สำคัญในรัชกาลที่ ๒ มีดังต่อไปนี้

- บทละครเรื่องรามเกียรติ์
- บทพากย์เรื่องรามเกียรติ์
- บทเสภาเรื่องขุนช้างขุนแผน
- บทละครเรื่องอิเหนา
- บทละครนอก ๕ เรื่อง คือ
    - ไชยเชษฐ์
    - สังข์ทอง
    - ไกรทอง
    - คาวี
    - มณีพิชัย
- กาพเห่ชมเครื่องคาวหวาน
- มหาชาติคำหลวงโปรดเกล้าฯ ให้นักกวีแต่งซ่อมแซมของเก่า
- โคลงนิราศถลาง
- โคลงนิราศตามเสด็จลำน้ำน้อย
- โคลงดั้นเฉลิมพระเกียรติพระบาทสมเด็จพระพุทธเลิศหล้านภาลัย
- โคลงกวีโบราณ
- นิราศเมืองแกลง
- นิราศพระบาท
- นิราศภูเขาทอง
- นิราศวัดเจ้าฟ้า
- นิราศอิเหนา
- นิราศเมืองสุพรรณ

- นิราศพระประธม

- รำพันพิลาป

- นิราศเมืองเพชรบุรี

- ลักษณวงศ์

- พระอภัยมณี

- สิงหไกรภพ

- โคบุตร

- พระไชยสุริยา

- บทเห่กล่อม (เห่จับระบำ เห่กากี เห่พระอภัยมณี เห่โคบุตร)

- สวัสดิรักษา

- เพลงยาวถวายโอวาท

- สุภาษิตสอนหญิง

- เสภาขุนช้างขุนแผน

- เสภาพระราชพงศาวดาร

- บทละครเรื่องอภัยนุราช

- โคลงนิราศนรินทร์

- เพลงยาว

พระบาทสำเด็จพระนั่งเกล้าเจ้าอยู่หัวรัชกาลที่ ๓ พระองค์เป็นพระโอรสในรัชกาลที่ ๒ เมื่อขึ้นครองราชย์ได้ทรงใฝ่พระทัยงานด้านพระพุทธศาสนาเป็นพิเศษ มีการติดต่อทำมาค้าขายกับต่างประเทศอย่างจริงจัง ในรัชกาลนี้ สำหรับงานด้านกวี พระบาทสมเด็จพระนั่งเกล้าเจ้าอยู่หัวก็ทรงมีพระปรีชาสามารถไม่น้อยเลย ในช่วงนี้ มีวรรณคดีเรื่องต่างๆ ดังนี้

- โคลงปราบดาภิเษก

- เสภาเรื่องขุนช้างขุนแผนบางตอน

- เพลงยาวกลบทและกลอักษร

- บทละครนอกเรื่องสังข์ศิลป์ชัย

- โคลงโลกนิติ
- โคลงนิราศเสด็จไปทัพเวียงจันทน์
- ปฐมสมโพธิกถา
- ธรรมเทศนากรุงศรีอยุธยา
- จักรทีปนีตำราโหรศาสตร์
- ลิลิตตะเลงพ่าย
- ลิลิตกระบวนแห่พระกฐินพยุหยาตราทั้งทางสถลมารคและทางชลมารค
- สรรพสิทธิ์คำฉันท์
- กฤษณาสอนน้องคำฉันท์
- สมุทรโฆษคำฉันท์ตอนปลาย
- ฉันท์ดุษฎีสังเวยและกาพย์ขับไม้กล่อมช้างพัง
- ตำราฉันท์มาตราพฤติและวรรณพฤติ
- เพลงยาวเจ้าพระ
- ร่ายยาวมหาชาติ ๑๑ กันฑ์
- ร่ายทำขวัญนาค
- โคลงเบ็ดเตล็ดจารึกไว้ ณ วัดพระเชตุพนฯ (โคลงกลบท)
- โคลงดั้นยอพระเกียรติพระนั่งเกล้าเจ้าอยู่หัวเมื่อทรงปฏิสังขรณ์วัดพระเชตุพนฯ
- โคลงจินดามณี
- โคลงนิราศพระประธม
- โคลงนิราศสุพพรรณ
- เพลงยาวกลบทสิงโตเล่นหาง (กลอนกลบทจารึกวัดพระเชตุพนฯ ซึ่งมีอยู่ ๑ บท)
- บทละครนอกเรื่องไกรทอง และมณีพิชัยตอนต้น
- นิราศฉะเชิงเทรา
- เพลงยาวกรมหลวงภูวเนตรนรินทรฤทธิ์
- โคลงฤาษีดัดตน

- โคลงภาพรวมเกียรติ์
- โคลงภาพต่างภาษา
- เพลงยาวกลบท ๔ บท
- แบบเรียนปฐมมาลา
- บทละครเรื่องระเด่นลันได
- นิราศสุพรร
- นิราศเดือน
- เพลงยาวเฉลิมพระเกียรติพระบาทสมเด็จพระจอมเกล้าฯ
- บทบอกสักวา
- บทละครเรื่องพระมเหลเถไถ
- บทละครเรื่องอุณรุทร้องเรื่อง

วรรณคดีสมัยรัตนโกสินทร์รัชกาลที่ ๔-๕-๖

วรรณคดีสมัยรัตนโกสินทร์ช่วงรัชกาลที่ ๔ เป็นวรรณคดีที่ได้รับอิทธิพลจากตะวันตกมาก คุณค่าของวรรณคดีเริ่มมีราคาเป็นเงินเป็นทอง วรรณคดีร้อยแก้วก้าวขึ้นมามีบทบาทมาก วรรณคดีร้อยกรองเสื่อมความนิยมลงตามลำดับ วรรณคดีแนวสันสกฤตของอินเดียถึงกับต้องปิดฉากลงไป แต่มีการแปลวรรณคดีจีนออกมาเผยแพร่มากขึ้น วรรณคดีที่สำคัญในรัชกาลที่ ๔ มีดังต่อไปนี้

- บทละครเรื่องรามเกียรติ์ตอนพระรามเดินดง
- ประกาศและพระบรมราชาธิบาย
- โคลงพระราชทานพร
- บทเบิกโรงละครหลวง
- ร่ายยาวมหาเวสสันดรชาดก ๕ กัณฑ์
- จารึกวัดราชประดิษฐ์
- อิศริญาณภาษิต
- นิราศลอนดอน
- จดหมายเหตุเรื่องราชทูตไทยไปลอนดอน

- นิราชพระปฐม
- นิราศทวาราวดี
- นิราศปถวี
- นิราศกรุงเก่า
- เสภาเรื่องอาบูหะซัน
- ฉันท์กล่อมพระมหารพีพรรณคชพงษ์
- โคลงภาพรามเกียรติ์
- นิราศพระพิพิธสาลีไปชุมพรและไชยา
- อุเทนคำฉันท์
- สุธนคำฉันท์
- สุธนูคำฉันท์

วรรณคดีสมัยรัชกาลที่ ๕ มีความเจริญรุ่งเรืองไปมากกว่าสมัยรัชกาลที่ ๔ เพราะมีเหตุการณ์สำคัญๆ ช่วยสนับสนุน ไม่ว่าจะเป็นการตั้งโรงเรียน การขยายการศึกษา การแต่งหนังสือเรียนมีมากขึ้น มีการชำระวรรณคดีเก่าๆ การจัดตั้งหอสมุดสำหรับพระนคร การตั้งโบราณคดีสโมสร การออกหนังสือพิมพ์และนิตยสารต่างๆ การส่งเสริมให้มีการแปลวรรณคดีฝรั่งเป็นวรรณคดีรูปแบบไทยๆ และการแปลพงศาวดารจีนออกมาอย่างมากมายในสมัยนี้ วรรณคดีประเภทร้อยกรองกลับมาได้รับความนิยมอีกครั้งหนึ่ง แนวนวนิยายและเรื่องสั้นตามแบบของฝรั่งได้รับความนิยมมากขึ้น วรรณคดีที่สำคัญในรัชกาลที่ ๕ มีดังต่อไปนี้

- พระราชพิธีสิบสองเดือน
- ถิถิตนิทราชาคริต
- ไกลบ้าน
- ประชุมโคลงสุภาษิต
- บทละครเรื่องวงศ์เทวราช
- บทละครเรื่องเงาะป่า
- พระราชหัตถเลขา
- โคลงอธิบายภาพรามเกียรติ์

- กาพย์เห่เรือ
- พระราชวิจารณ์
- แบบเรียนภาษาไทย
- คำฉันท์กล่อมช้าง
- คำนมัสการคุณาคุคุณ
- พรรณพฤกษาและสัตวาภิธาน
- ตุลวิภาคและศิริพจนวิภาค
- ลิลิตสรรเสริญพระบารมี
- สนุกนิ์นึก
- ขุนช้างขุนแผน ตอนพระไวยไปตีเมืองเชียงใหม่
- อิเหนา ตอนศึกกระหมังกุหนิงกรุงดาหา
- ฉันท์ชมธารพลิ้ว
- สยามประเภท
- เวนิสวานิชคำฉันท์
- ประชุมลำนำ
- กฎาหกคำฉันท์
- เพชรมงกุฎคำฉันท์
- สิทธิศิลป์คำฉันท์
- ธาดามณีศรีสุพิน
- โคลงนิราศวัดรวก
- ฉันท์ดุษฎีสังเวยกล่อมช้างเผือกพระเสวตวชิรพาหะ
- บทละครเรื่องสาวเครือฟ้า
- บทละครพระราชพงศาวดารเรื่องพันท้ายนรสิงห์
- บทละครเรื่องพระลอ
- บทละครเรื่องพระราชพงศาวดารเรื่องพระยารามเดโช

- บทละครร้องเรื่องพระเจ้าสีป้อมินทร์
- บทละครเรื่องไกรทอง
- บทเสภารำเรื่องพระอาลัสนัม
- รุไบยาต
- นรางกุโรวาท
- สร้อยคอที่หาย (เรื่องสั้น)
- กลอนสุภาพเรื่องอาหรับราตรี
- กลอนสุภาพเรื่องลูกอินทร์
- โคลงสุภาพอุทยานยวนถวิล
- นิราศนราธิป
- นิราศไทรโยค
- จดหมายเหตุลาลูแบร์
- ตำนานพระแท่นมนังคศิลาบาต
- พระราชพงศาวดารพม่า
- เฉลิมเกียรติกษัตริย์คำฉันท์
- โคลงลิลิตสุภาพตำรับพระบรมราชาภิเษกสัปดมราชมหาจักรีวงศ์
- ลิลิตมหามกุฎราชคุณานุสรณ์
- บทละครดึกดำบรรพ์
- อิเหนา
- สังข์ทอง
- คาวี
- รามเกียรติ์
- อุณรุท
- สังข์ศิลป์ชัย
- พระมณีพิชัย

- กรุงพาณชมทวีป

- สาส์นสมเด็จ

- กาพย์เห่เรือ

- ร่ายยาวมหาเวสสันดรชาดก

วรรณคดีสมัยรัชกาลที่ ๖ ถือว่ามีความเจริญรุ่งเรืองถึงขีดสุด เพราะพระเจ้าอยู่หัวทรงให้สนับสนุนอย่างเต็มที่ทั้งทางตรงและทางอ้อม ทรงชักชวนให้นักประพันธ์ทั้งหลายหันมาสนใจวรรณคดีและมีการแต่งหนังสือมากขึ้นกว่าเก่า ก่อเกิดนักประพันธ์มากมาย แม้พระเจ้าอยู่หัวเองก็ทรงเป็นยอดนักประพันธ์ทรงเป็นเอกทางกวี ในสมัยนี้มีการตั้งวรรณคดีสโมสรเพื่อส่งเสริมให้มีการแต่งหนังสือมากขึ้น ไม่ว่าจะเป็นร้อยแก้วหรือร้อยกรอง จึงเกิดมีโคลง ฉันท์ กาพย์ กลอน ร่าย และความเรียงต่างๆ ขึ้นเป็นดอกเห็ดเลยทีเดียว พวกวรรณคดีสันสกฤตของอินเดีย วรรณคดีจีน วรรณคดีฝรั่งเข้ามามีอิทธิพลมากขึ้นตามลำดับ วรรณคดีที่สำคัญในรัชกาลที่ ๖ มีดังต่อไปนี้

- หัวใจนักรบ

- มงคลสูตรคำฉันท์

- พระนลคำหลวง

- เวนิสวานิช

- ปลุกใจเสือป่า

- โคลนติดล้อ

- มัทนะพาธา

- ตามใจท่าน

- วิวาห์พระสมุทร

- ศกุนตลา

- โรเมโอและจูเลียต

- เมืองไทยจงตื่นเกิด

- กาพย์เห่เรือ

- ลิลิตพายัพ

- ลิลิตนารายณ์สิบปาง
- โคลงสุภาษิต
- บทเสภาสามัคคีเสวก
- เทศนาเสือป่า
- หลักราชการ
- ลัทธิเอาอย่าง
- ปกิณกคดีของอัศวพาหุ
- ประโยชน์แห่งการตั้งอยู่ในธรรม
- พระพุทธเจ้าตรัสรู้อะไร
- เที่ยวเมืองพระร่วง
- ลัทธิของพราหมณ์
- บ่อเกิดรามเกียรติ์
- เที่ยวเมืองอียิปต์
- พระบรมราโชวาทในงานวิสาขบูชา
- พระศุณหเศป
- ตำนานชาติฮั่น
- สงครามสืบราชสมบัติโปแลนด์
- เที่ยวเมืองนรก
- หัวใจชายหนุ่ม
- สาวคำทำเหตุ
- นิทานทองอิน
- นิทานทหารเรือ
- ต้นหมาปลายหมา
- แมลงปอง
- ผีทะเล

- บทละครพูดภาษาอังกฤษเรื่อง Evelyn
- ประวัติ ๑๖๐ เรื่อง
- พงศาวดาร ๑๓๔ เรื่อง
- นำนาน ๑๐๓ เรื่อง
- โคลงกลอน ๘๒ เรื่อง
- ศาสนา ๗๖ เรื่อง
- อธิบายแทรก ๑๙ เรื่อง
- บทความในนิตยสารสมาคม ๑๐ เรื่อง
- ลายพระหัตถ์สาส์นสมเด็จ ๑ ชุด
- บันทึกความรู้ต่างๆ
- พลเมืองดี
- สมบัติผู้ดี
- จรรยาแพทย์
- ความพยาบาท
- พระนลคำฉันท์
- สามกรุง
- กนกนคร
- กาพย์แห่เรือ
- ฉันท์สดุดีสังเวยสมโภชพระมหาเศวตฉัตร
- นิทานเวตาล
- ประชุมปาถกถา
- จดหมายจางวางหร่ำ
- ประมวลนิทานน.ม.ส.
- นิทานของน.ม.ส.
- พระนางฮองไทเฮา

- ตลาดเงินตรา
- โคลงกลอนของครูเทพ
- คุณย่าเพิ้ง (เรื่องสั้น)
- แบบเรียนธรรมจริยา
- บทละครพูด ๔ เรื่อง คือแม่ศรีครัว ตาเงาะ หมั้นไว้ และบ๋อยใหม่
- การศึกษาและเศรษฐกิจ (ความเรียง)
- จันทรุปราคา วันที่ ๒๐ กุมภาพันธ์ จดตามได้ยินของผู้ไม่อยากได้ยิน
- สยามไวยากรณ์
- สงครามภารตะคำกลอน
- คำประพันธ์บางเรื่อง
- คำประพันธ์โคลงสลับกาพย์
- ชุมนุมนิพนธ์อ.น.ก.
- ปาถกถาและบทความ
- อิลราชคำฉันท์
- ค่าของวรรณคดี
- รสวรรณคดี
- นิรุกติศาสตร์
- ฟื้นความหลัง
- ศาสนาเปรียบเทียบ
- เจดีย์
- เล่าเรื่องไตรภูมิ
- อุปกรณ์รามเกียรติ์
- นอกฟ้าป่าหิมพานต์
- เชื้อชาติ ภาษา และวัฒนธรรม
- วัฒนธรรมและประเพณีต่างๆ ของไทยเป็นต้น

- หิโตปเทศ
- กามนิต
- กวนอิม
- ราชาวดี
- ทศมนตรี
- กถาสริตสาคร
- ลัทธิของเพื่อน
- ซาตาน
- กำเนิดขงจื๊
- นิยายเบงคลี
- อาหรับราตรี
- แม่ย่านาง
- สมญาภิธานรามเกียรติ์
- คัมภีร์อภิธานัปปทีปิกา
- พระธรรมบทหมวดพาลแทรกชาดก
- โคลงชัยขึ้นปีใหม่
- คุยธรรมะ
- โลกนิติ
- ธรรมนิติ
- ไตรพากย์
- หหาภารตยุทธ์
- นิยายบันเทิง
- นิยายของเช็กสเปียร์
- เรื่องท้าววิกรมาทิตย์
- สามัคคีเภทคำฉันท์

- ลิลิตพระเจ้ากรุงธนบุรี
- กรุงเทพคำฉันท์
- ฉันท์สมโภชพระมหาเศวตฉัตร (แต่งร่วมกับหลวงธรรมาภิมณฑ์)
- บทกวีนิพนธ์เบ็ดเตล็ด

วรรณคดีสมัยรัตนโกสินทร์ตอนปลาย (รัชกาลที่ ๗-๘-๙)

วรรณคดีช่วงรัชกาลที่ ๗-๘-๙ แห่งกรุงรัตนโกสินทร์ เราเรียกว่า วรรณคดีปัจจุบัน มี ๔ ประเภท คือ บทกวี บทละคร บันเทิงคดี สารคดีและบทความ

บทกวีสมัยนี้มุ่งเสนอความคิดไม่เน้นความงดงามของภาษาเป็นส่วนใหญ่ แง่มุมความคิดที่นำเสนอมุ่งเน้นไปที่การเมืองเป็นหลัก อย่างอื่นเป็นรอง สำนวนโวหารจึงค่อนข้างหนักหน่วงจริงจัง บางทีก็รุนแรง

บทละครสมัยนี้มุ่งให้ความบันเทิงเริงรื่นและแฝงคติสอนใจเกี่ยวกับความจริงของชีวิตด้วย

บันเทิงคดี (เรื่องสั้น นวนิยาย) สมัยนี้ได้รับอิทธิพลจากตะวันตกมาก รูปแบบจึงไปในแนวเดียวกับฝรั่ง ส่วนใหญ่มุ่งความบันเทิงกันเป็นพื้น นวนิยายจะมีความสลับซับซ้อนหน่อย เรื่องสั้นจะมีจุดเด่นเพียงจุดเดียวไม่สลับซับซ้อน

สารคดีและบทความสมัยนี้ มุ่งแสดงความคิดเห็น ความรู้ ความจริงและความบันเทิงเป็นสำคัญ วรรณคดีที่สำคัญในรัชกาลที่ ๗-๘-๙ มีดังต่อไปนี้

- พระประวัติตรัสเล่า
- ฟื้นความหลัง
- เกิดวังปารุสก์
- นิทานชาวไร่
- ความเป็นอนิจจังของสังคม
- สันติประชาธรรม
- ทรัพยศาสตร์
- ความเป็นมาของคำ สยาม ไทย ลาว และขอม และลักษณะทางสังคมของชื่อชนชาติ
- โฉมหน้าศักดินาไทย
- ภารติวิทยา

- รวมเรื่องสั้น คึกฤทธิ์ ปราโมช
- จับตาย และรวมเรื่องเอก
- แผ่นดินอื่น
- พล นิกร กิมหงวน
- สี่แผ่นดิน
- ประชาธิปไตยบนเส้นขนาน
- มหาบัณฑิตแห่งมิถิลานคร
- ลุ่มแม่น้ำนัมมทา
- พิราบแดง
- กวีการเมือง
- บทกวีของเปลื้อง วรรณศรี
- กวีนิพนธ์ของอังคาร กัลยาณพงศ์
- คำหยาด
- เพียงความเคลื่อนไหว
- นาฏกรรมบนลานกว้าง
- ใบไม้ที่หายไป
- เราชนะแล้ว แม่จ๋า
- ขอบฟ้าขลิบทอง
- จงเป็นอาทิตย์เมื่ออุทัย
- ฉันจึงมาหาความหมาย
- สมเด็จพระภัทรมหาราชคำฉันท์
- ขอบกรุง

คำศัพท์

วรรณคดี 文学

วรรณศิลป์ 文学艺术

สะเทือนใจ 激动人心，动人心弦

วรรณกรรม 著作，写作，作品，文学作品

พระราช 前缀，表示“王国的，皇家的”

พระราชกฤษฎีกา 法令

สโมสร 俱乐部

รัชกาล 朝代

คำประพันธ์ 韵文，韵体诗

ร้อยกรอง 诗词，韵文

ฉันทลักษณ์ 诗词学书籍；作诗法

กวีนิพนธ 诗

คล้องจอง 和谐，协调；符合；押韵

โคลง 一种诗体（这种诗体有高低音调，并且须按一定要求押韵）

ฉันท์ 一种诗体（这种诗体不但有轻重音、长短音的限制，而且须按一定要求押韵，共有一百零八种，分成 ฉันท์วรรณพฤติ 和 ฉันท์มาตราพฤติ 两大类）

กาพย์ 一种诗体

กลอน 一种诗体

ร่าย 诗词的一种

ลลิต 交替使用 โคลง 和 ร่าย 两体的叙事诗

กลบท 一种在文字上或格式上故弄玄虚的迴文诗

ร้อยแก้ว 散文

จุดศูนย์กลาง 中心

กรุงสุโขทัย 素可泰王朝

กรุงศรีอยุธยา 大城王朝

กรุงธนบุรี 吞武里王朝

กรุงรัตนโกสินทร์ 曼谷王朝

สรรเสริญ 歌颂，赞美，称赞

พระมหากษัตริย์ 国王，君主

พัฒนาการ 发展

อิทธิพล 影响；势力；权威

เทคโนโลยี 技术

แบบฝึกหัด

ตอนที่ ๑ เลือกข้อที่ถูกต้องเพียงข้อเดียว

๑.การแบ่งสมัยของวรรณคดีไทยโดยถือเอาเมืองหลวงเป็นจุดศูนย์กลางแบ่งเป็นกี่สมัย

ก. ๒ สมัย　　ข. ๓ สมัย　　ค. ๔ สมัย　　ง. ๕ สมัย

๒.ข้อใดไม่ใช่ความหมายของวรรณคดี

ก.ความรู้สึกนึกคิดของกวี ซึ่งถอดออกมาจากจิตใจให้ปรากฏเป็นรูปหนังสือ

ข. หนังสือที่มีลักษณะเรียบเรียงถ้อยคำ เกลี้ยงเกลา เพราะพริ้ง มีรสปลุกมโนคติ

ค. บทประพันธ์ที่มุ่งให้ความเพลิดเพลินให้เกิดความรู้สึกนึกคิดและอารมณ์ต่าง ๆ ตามผู้เขียน

ง. หนังสือที่แต่งขึ้นมาโดยไม่มีการลำดับเรื่องราว ไม่เกิดความรู้สึกร่วม

๓.ข้อใดกล่าวผิดเกี่ยวกับวรรณคดี

ก.วรรณคดีคือ วรรณกรรมที่ได้รับยกย่องว่ามีคุณค่าเชิงวรรณศิลป์

ข.วรรณคดีมีคุณค่าสามารถทำให้ผู้อ่านเกิดอารมณ์สะเทือนใจ

ค.กาพย์ไม่ใช่วรรณคดี

ง. ภาษาที่ใช้ในวรรณคดีเป็นภาษาที่ไพเราะ

๔.วรรณคดีไทยจำแนกตามคำประพันธ์มีกี่ประเภท

ก. 2 ประเภท ข. 4 ประเภท ค. 5 ประเภท ง. 6 ประเภท

๕.ข้อใดเป็นร้อยกรอง

ก. ฉันท์ ข. นิทาน ค. นิยาย ง. ตำนาน

๖.ข้อใดเป็นร้อยแก้ว

ก. นวนิยาย ข. กาพย์ ค. กลอน ง. ฉันท์

ตอนที่ ๒ ตอบคำถามตามเนื้อเรื่อง

๑. คำว่า ฉันทลักษณ์ หมายความว่าอย่างไร

๒. วรรณคดีไทยแบ่งสมัยการแต่งได้กี่สมัย มีอะไรบ้าง

๓.วรรณคดีในสมัยอยุธยามีเรื่องอะไรบ้าง

๔.วรรณคดีในสมัยรัตนโกสินทร์แบ่งเป็นกี่ตอน แต่ละตอนมีลักษณะอะไรบ้าง

บรรณนุกรม

[1] 栾文华 . 泰国文学史 [M]. 北京 : 社会科学文献出版社，1998.

[2] เปลื้อง ณ นคร ป.ม. อ.ม.(กิตติมศักดิ์).ประวัติวรรณคดีไทย[M].กรุงเทพฯ:บริษัทโรงพิมพ์ไทยวัฒนาพานิชจำกัด,พ.ศ.2531.

[3] ศาสตราจารย์ ดร. รื่นฤทัย สัจจพันธุ์.ความรู้ทั่วไปทางภาษาไทยตอนที่ 3 วรรณคดีไทย[M].กรุงเทพฯ:สำนักพิมพ์มหาวิทยาลัยรามคำแหง,พ.ศ.2556.

[4] เอกรัตน์ อุดมพร.วรรณคดีสมัยกรุงธนบุรี [M].กรุงเทพฯ: ห้างหุ้นส่วนจำกัด เรืองแสงการพิมพ์, พ.ศ. 2552.

[5] เอกรัตน์ อุดมพร.วรรณกรรมสมัยกรุงรัตนโกสินทร์ราชกาลที่ ๑-๒-๓[M].กรุงเทพฯ: สำนักพิมพ์พัฒนาศึกษา, พ.ศ. 2551.

[6] เอกรัตน์ อุดมพร.วรรณกรรมสมัยกรุงรัตนโกสินทร์ราชกาลที่ ๔-๕-๖[M].กรุงเทพฯ: สำนักพิมพ์พัฒนาศึกษา, 2549.

[7] เอกรัตน์ อุดมพร.วรรณกรรมสมัยกรุงรัตนโกสินทร์ราชกาลที่๗-๘-๙[M].กรุงเทพฯ: สำนักพิมพ์พัฒนาศึกษา, 2550.

[8] ศ. คุณหญิงกุหลาบ มัลลิกะมาส. ความรู้ทั่วไปทางวรรณคดีไทย[M].กรุงเทพฯ: สำนักพิมพ์มหาวิทยาลัยรามคำแหง, 2542.

บทที่ ๒ วรรณคดีสมัยกรุงสุโขทัย

泰国素可泰王朝出现于公元13世纪中后期，是第一个真正由泰国人在泰国大地上建立的王国，历时约150年，其间共9位国王前后执政，其中兰甘亨大帝及其功绩最令泰国人为之称道。

在兰甘亨大帝统治之前，泰国社会中不存在文字，但设有复杂行政机构的王国是需要文字的，因此兰甘亨大帝参照巴利文、高棉文和孟文创建了泰国文字，泰国书面文学也从此开始。但是，在此时的社会中，文字学习的权利仅限于达官贵人和僧侣，因此这一时期的书面文学内容主要围绕宫廷文学和宗教文学展开，且主要以碑铭的形式被记录和流传下来。承前所述，文字使用并不普及，普罗大众虽然不能掌握和使用文字，但是产生于日常劳动生产生活中的民间文学，无论神话、传说、歌谣还是民间故事等，均以口耳相传的形式传播，并一代代传承下来。

基于书面文学有迹可循的性质，国内外学者对泰国素可泰时期碑铭的研究成果颇丰。就内容来说，素可泰时期的文学作品主要记录了发生在当时的重要实事，如战争、哲理箴言等，同时也可以从中看到对素可泰王朝历史、宗教事务、政治观、世界观的描写。另外，道德伦理也是素可泰时期的碑铭文学中强调的内容。随着佛教的传入，素可泰时期的文学作品中大量存有先前民众已经熟悉的巴利文、梵文和高棉文。素可泰时期的文学作品多采用散文的体裁，但也有少部分作品以诗词韵文的体裁书写。这些特点使素可泰时期的文学作品在有深刻内容的同时，也有简短精炼的文风、流畅优美的音韵。

📖 ศิลาจารึกพ่อขุนรามคำแหงมหาราช (ศิลาจารึกหลักที่ ๑)

ศิลาจารึกของพ่อขุนรามคำแหง เป็นหินชนวนสี่เหลี่ยม ยอดมนสูง ๑ เมตร ๑๑ เซนติเมตร มีจารึกทั้งสี่ด้าน จารึกนั้นสูง ๕๙ เซนติเมตร กว้าง ๓๕ เซนติเมตร ด้านที่ ๑ มี ๓๕ บรรทัด ด้านที่ ๒ มี ๓๕ บรรทัด

ด้านที่ ๓ มี ๒๗ บรรทัด ด้านที่ ๔ มี ๒๗ บรรทัด

ข้อความที่จารึกแบ่งออกได้เป็น ๓ ตอน ตอนที่หนึ่งตั้งแต่บรรทัดที่ ๑-๑๘ เป็นเรื่องพ่อขุนรามคำแหงทรงเล่าประวัติของพระองค์เองตั้งแต่ประสูติจนเสวยราชย์ คำแทนชื่อของพระองค์ใช้ว่า "กู" ตอนที่สองตั้งแต่บรรทัด ๑๙ เล่าเรื่องเหตุการณ์ต่างๆ และขนบประเพณีของกรุงสุโขทัย เล่าเรื่องการสร้างพระแท่นมนังคศิลา สร้างวัดพระมหาธาตุ เมืองศรีสัชนาลัยและเรื่องประดิษฐ์อักษรไทยตอนนี้ไม่มีคำ "กู" แต่ใช้พระนาม"พ่อขุนรามคำแหง" ตอนที่สามเริ่มแต่บรรทัดที่ ๑๒ จนจบในด้านที่สี่ กล่าวสรรเสริญและยอพระเกียรติพ่อขุนรามคำแหง กล่าวถึงอาณาเขตของสุโขทัย

ความเป็นมา

เมื่อสมเด็จพระจอมเกล้าเจ้าอยู่หัวยังไม่ได้เสวยราชย์ และทรงผนวชประทับอยู่ ณ วัดราชาธิราชนั้นได้เสด็จประพาสหัวเมืองฝ่ายเหนือใน พ.ศ. ๒๓๗๖ เมื่อได้เสด็จไปถึงเมืองสุโขทัย ได้ทรงพบศิลาจารึก ๒ หลักและแท่นหิน ๑ แท่น ตั้งอยู่ที่เนินปราสาทในพระราชวังกรุงสุโขทัยเก่า

วัตถุทั้งสามนี้ราษฎรเซ่นสรวงบูชา นับถือกันว่าเป็นสิ่งศักดิ์สิทธิ์ วัตถุทั้งสามนี้ต่อมาภายหลังปรากฏว่าเป็นหลักศิลาจารึกของพ่อขุนรามคำแหงหลักหนึ่ง ศิลาจารึกภาษาขอมของพญาธรรมราชาลิไทยหลักหนึ่งและแท่นหินนั้นคือ พระแท่นมนังคศิลา พระองค์ได้โปรดให้นำโบราณวัตถุทั้งสามชิ้นกลับมายังพระนครและได้ทรงพยายามอ่านศิลาจารึกของพ่อขุนรามคำแหง จนทราบเรื่องราวอันอำนวยประโยชน์ในทางประวัติศาสตร์เป็นอันมาก จารึกนี้สันนิษฐานว่าสร้างเมื่อ พ.ศ.๑๘๓๕

ผู้แต่ง

พ่อขุนรามคำแหงมหาราชเป็นพระราชโอรสของพ่อขุนศรีอินทราทิตย์ปฐมกษัตริย์แห่งกรุงสุโขทัย พ่อขุนศรีอินทราทิตย์มีพระมเหสีคือ พระนางเสือง มีพระราชโอรสสามพระองค์ พระราชธิดาสองพระองค์ พระราชโอรสองค์ใหญ่สิ้นพระชนม์ตั้งแต่ยังเยาว์ องค์กลางมีพระนามว่า บานเมือง และพระราชโอรสองค์ที่สาม คือ พ่อขุนรามคำแหงมหาราช เมื่อพระชันษาได้ ๑๙ ปี ได้ชนช้างชนะขุนสามชนเจ้าเมืองฉอด พ่อขุนศรีอินทราทิตย์จึงพระราชทานนามว่า "พระรามคำแหง" เมื่อสิ้นรัชสมัยพ่อขุนศรีอินทราทิตย์และพ่อขุนบานเมืองแล้ว พระองค์ได้ครองกรุงสุโขทัย ต่อมาเป็นพระมหากษัตริย์รัชกาลที่ ๓ แห่งราชวงศ์พระร่วง สันนิษฐานว่า พระองค์สิ้นพระชนม์ในราวปี พ.ศ.๑๘๖๐ รวมเวลาที่ทรงครองราชย์ประมาณ ๔๐ ปี

เรื่องย่อ

ด้านที่ ๑

พ่อกูชื่อศรีอินทราทิตย์ แม่กูชื่อนางเสือง พี่กูชื่อบานเมือง ตูพี่น้องท้องเดียวห้าคน ผู้ชายสาม ผู้หญิงสอง พี่เผือผู้อ้ายตายจากเผือเตียมแต่ยังเล็ก

เมื่อกูขึ้นใหญ่ได้สิบเก้าเข้า ขุนสามชนเจ้าเมืองฉอดมาท่อเมืองตาก พ่อกูไปรบขุนสามชนหัวซ้าย ขุนสามชนขับมาหัวขวา ขุนสามชนเกลื่อนเข้า ไพร่ฟ้าหน้าใส พ่อกูหนีญญ่ายพ่ายจะแจ้น กูบ่หนี กูขี่ช้างเบกพล กูขับเข้าก่อนพ่อกู กูต่อช้างด้วยขุนสามชน ตนกูพุ่งช้างขุนสามชนตัวชื่อมาสเมืองแพ้ ขุนสามชนพ่ายหนี พ่อกูจึงขึ้นชื่อกู ชื่อพระรามคำแหง เพื่อกูพุ่งช้างขุนสามชน

เมื่อชั่วพ่อกู กูบำเรอแก่พ่อกู กูบำเรอแก่แม่กู กูได้ตัวเนื้อตัวปลา กูเอามาแก่พ่อกู กูได้หมากส้มหมากหวาน อันใดกินอร่อยกินดี กูเอามาแก่พ่อกู กูไปตีหนังวังช้างได้ กูเอามาแก่พ่อกู กูไปท่อบ้านท่อเมืองได้ช้างได้งวง ได้ปั่วได้นาง ได้เงือนได้ทอง กูเอามาเวนแก่พ่อกู พ่อกูตาย ยังพี่กู กูพร่ำบำเรอแก่พี่กู ดั่งบำเรอแก่พ่อกู พี่กูตาย จึงได้เมืองแก่กูทั้งกลม

เมื่อชั่วพ่อขุนรามคำแหง เมืองสุโขทัยนี้ดี ในน้ำมีปลา ในนามีข้าว เจ้าเมืองบ่เอาจกอบในไพร่ลู่ท่างเพื่อนจูงวัวไปค้า ขี่ม้าไปขาย ใครจักใคร่ค้าช้างค้า ใครจักใคร่ค้าม้าค้า ใครจักใคร่ค้าเงือนค้าทองค้า ไพร่ฟ้าหน้าใส ลูกเจ้าลูกขุนผู้ใดแล้ ล้มตายหายกว่า เหย้าเรือนพ่อเชื่อเสื้อคำมันช้างขลูกเมียเยียข้าว ไพร่ฟ้าข้าไทยป่าหมากป่าพลู พ่อเชื่อมันไว้แก่ลูกมันสิ้น ไพร่ฟ้าลูกเจ้าลูกขุน ผิแล้ผิดแผกแสกว้างกัน สวนดูแท้แล้ จึงแล่งความแก่ข้าโดยซื่อ บ่เข้าผู้ลักมักผู้ซ่อน เห็นข้าวท่านบ่ใคร่พิน เห็นสินท่านบ่ใคร่เดือด คนใดขี่ช้างมาหาพาเมืองมาสู่ ช่วยเหลือเฟื้อกู้มัน บ่มีช้างบ่มีม้า บ่มีปั่วบ่มีนาง บ่มีเงือนบ่มีทอง ให้แก่มัน ช่วยมันตวงเปนบ้านเปนเมือง ได้ข้าเสือกข้าเสือหัวพุ่งหัวรบก็ดี บ่ฆ่าบ่ตี

ในปากปตูมีกระดิ่งอันหนึ่งแขวนไว้หั้น ไพร่ฟ้าหน้าปก กลางบ้านเมือง มีถ้อยมีความ เจ็บท้องข้องใจมันจักกล่าวถึงเจ้าถึงขุนบ่ไร้ ไปลั่นกระดิ่งอันท่านแขวนไว้ พ่อขุนรามคำแหงเจ้าเมืองได้ (จบด้านที่ ๑) ยินเรียก เมื่อถามสวนความแก่มันด้วยซื่อ ไพร่ในเมืองสุโขทัยนี้จึงชม สร้างป่าหมากป่าพลู ทั่วเมืองนี้ทุกแห่งป่าพร้าวก็หลายในเมืองนี้ ป่าลางก็หลายในเมืองนี้ หมากม่วงก็หลายในเมืองนี้ หมากขามก็หลายในเมืองนี้ใครสร้างได้ไว้แก่มัน กลางเมืองสุโขทัยนี้มีน้ำตระพังโพยสีใสกินดี ดั่งกินน้ำโขงเมื่อแล้ง รอบเมืองสุโขทัยนี้ตรีบูรได้สามพันสี่ร้อยวา คนในเมืองสุโขทัยนี้ มักทาน มักทรงศีล มักโอยทาน พ่อขุนรามคำแหงเจ้า

เมืองสุโขทัยนี้ ทั้งชาวแม่ชาวเจ้า ท่วยปั่วท่วยนาง ลูกเจ้าลูกขุน ทั้งสิ้นหลาย ทั้งผู้ชายผู้หญิง ฝูงท่วยมีศรัทธาในพระพุทธศาสนาทรงศีล เมื่อพรรษาทุกคน เมื่อออกพรรษากราลกฐินเดือนหนึ่งจึงแล้ว เมื่อกราลกฐิน มีพนมเบี้ยพนมหมาก มีพนมดอกไม้ มีหมอนนั่งหมอนนอน บริพารกฐินโอยทานแล่ปีแล้ญิบล้าน ไปสวดญัตติกฐินถึงอรัญญิกพู้น เมื่อจักเข้าเวียงเรียงกันแต่อรัญญิกพู้นเท้าหัวลาน ดำบงคำกลอง ด้วยเสียงพาทย์เสียงพิณเสียงเลื่อนเสียงขับ ใครจักมักเล่น เล่น ใครจัก มักหัว หัว ใครจักมักเลื่อน เลื่อน เมืองสุโขทัยนี้มีสี่ปากปตูหลวง เทียนญอมคนเสียดกันเข้าดูท่านเผาเทียนเล่นไฟ เมืองสุโขทัยนี้มีดังจักแตก

กลางเมืองสุโขทัยนี้มีพิหาร มีพระพุทธรูปทอง มีพระอัฎฐารส มีพระพุทธรูป มีพระพุทธรูปอันใหญ่ มีพระพุทธรูปอันราม มีพิหารอันใหญ่ มีพิหารอันราม มีปู่ครู...มีเถร มีมหาเถร

เบื้องตะวันตกเมืองสุโขทัยนี้ มีอรัญญิก พ่อขุนรามคำแหงกะทำโอยทานแก่มหาเถรสังฆราชปราชญ์เรียนจบปิฎกไตรหลวก กว่าปู่ครูในเมืองนี้ ทุกคนลุกแต่เมืองศรีธรรมราชมา ในกลางอรัญญิก มีพิหารอันหนึ่ง มันใหญ่สูงงามแก่กม มีพระอัฎฐารสอันหนึ่งลุกยืน

เบื้องตะวันออกเมืองสุโขทัยนี้ มีพิหาร มีปู่ครู มีทะเลหลวง มีป่าหมากป่าพลู มีไร่มีนา มีถิ่นมีถาน มีบ้านใหญ่บ้านเล็ก มีป่าม่วงมีป่าขาม ดูงามดังแกล้ง (จบด้านที่ ๒)

เบื้องตีนนอนเมืองสุโขทัยนี้ มีตลาดปสาน มีพระอัจนะ มีปราสาท มีป่าหมากป่าพร้าว มีป่าหมากป่าลาง มีไร่มีนา มีถิ่นมีถาน มีบ้านใหญ่บ้านเล็ก

เบื้องหัวนอนเมืองสุโขทัยนี้ มีกุฎีพิหารปู่ครูอยู่ มีสรีดภงส มีป่าพร้าวป่าลาง มีป่าม่วงป่าขาม มีน้ำโคก มีพระขพุง ผี เทพดาในเขาอันนั้นเป็นใหญ่กว่าทุกผีในเมืองนี้ ขุนผู้ใดถือเมืองสุโขทัยนี้แล้ ไหว้ดีพลีถูก เมืองนี้เที่ยง เมืองนี้ดี ผิไหว้บ่ดีพลีบ่ถูก ผีในเขาอั้นบ่คุ้มบ่เกรง เมืองนี้หาย

๑๒๑๔ ศกปีมะโรง พ่อขุนรามคำแหง เจ้าเมืองศรีสัชนาลัยสุโขทัยนี้ ปลูไม้ตาลนี้สิบสี่เข้า จึงให้ช่างฟันขดารหินตั้งหว่างกลางไม้ตาลนี้ วันเดือนดับเดือนออกแปดวัน วันเดือนเต็มเดือนบ้างแปดวันฝูงปู่ครูเถร มหาเถรขึ้นนั่งเหนือขดารนี้ สวดธรรมแก่อุบาสกฝูงท่วยจำศีล ผิใช่วันสวดธรรม พ่อขุนรามคำแหงเจ้าเมืองศรีสัชนาลัยสุโขทัย ขึ้นนั่งเหนือขดารหิน ให้ฝูงท่วยลูกเจ้าลูกขุน ฝูงท่วยถือบ้านถือเมืองคันวันเดือนดับเดือนเต็ม ท่านแต่งช้างเผือกกระพัดลยางเที้ยรย่อมทองงา...ขวาชื่อรูจาศรี พ่อขุนรามคำแหงขึ้นขี่ไปนบพระ...อรัญญิกแล้วเข้ามา

จารึกอันหนึ่ง มีในเมืองชเลียง สฐาเบกไว้ด้วยพระศรีรัตนธาตุ จารึกอันหนึ่งมีในถ้ำชื่อถ้ำพระราม อยู่

ฝั่งน้ำสัมพาย จารึกอันหนึ่งมีในถ้ำรัตนธาร ในกลางปาตานนี้มีศาลาสองอัน อันหนึ่งชื่อพระมาศ อันหนึ่งชื่อพุทธศาลา ขดารหินนี้ชื่อมะนังคะศิลาบาตร สฐาบกไว้หนี้ จึงทั้งหลายเห็น (จากด้าน ๓ ขึ้นด้านที่ ๔)

พ่อขุนรามคำแหง ลูกพ่อขุนอินทราทิตย์ เป็นขุนในเมืองศรีสัชนาลัยสุโขทัย ทั้งมากาวลาว และไทยเมืองใต้หล้าฟ้า...ไทยชาวอูชาวของมาออก ๑๒๐๗ ศก ปีกุน ให้ขุดเอาพระธาตุออกทั้งหลายเห็น กะทำบูชาบำเรอแก่พระธาตุได้เดือนหกวัน จึงเอาลงฝังในกลางเมืองศรีสัชนาลัยก่อพระเจดีย์เหนือหกเข้าจึงแล้ว ตั้งเวียงผาล้อมพระมหาธาตุสามเข้าจึงแล้ว

เมื่อก่อนลายสือไทยนี้บ่มี ๑๒๐๕ ศก ปีมะแม พ่อขุนรามคำแหงหาใคร่ใจในใจ แล่ใส่ลายสือไทยนี้ ลายสือไทยนี้จึงมีเพื่อพ่อขุนผู้นั้นใส่ไว้ พ่อขุนรามคำแหงนั้นหาเป็นท้าวเป็นพระยาแก่ไทยทั้งหลาย หาเป็นครูอาจารย์สั่งสอนไทยทั้งหลาย ให้รู้บุญรู้ธรรมแท้ แต่คนอันมีในเมืองไทยด้วยรู้ด้วยหลวก ด้วยแกล้วด้วยหาญ ด้วยแคะด้วยแรง หาคนจักเสมอมิได้ อาจปราบฝูงข้าศึกมีเมืองกว้าง ช้างหลาย ปราบเบื้องตะวันออกรอดสรหลวงสองแคว ลุมบาจายสคาเท้าฝั่งของถึงเวียงจันทร์ เวียยงคำเป็นที่แล้ว เบื้องหัวนอนรอดคนทีพระบาง แพรก สุพรรณภูมิ ราชบุรี เพชรบุรี ศรีธรรมราช ฝั่งทะเลสมุทรเป็นที่แล้ว เบื้องตะวันตก รอดเมืองฉอดเมือง...หงสาวดี สมุทรห้าเป็นแดน เบื้องตีนนอนรอดเมืองแพร่เมืองน่าน เมือง...เมืองพลั่วพ้นฝั่งของเมืองชวาเป็นที่แล้ว ปลูกเลี้ยงฝูงลูกบ้านลูกเมืองนั้นชอบด้วยธรรมทุกคน

(อ้างจาก:เปลื้อง ณ นคร ป.ม.,อ.ม.ประวัติวรรณคดีไทย.บริษัทโรงพิมพ์ไทยวัฒนาพานิช จำกัด กรุงเทพ.พ.ศ.๒๕๔๑)

คุณค่า

ศิลาจารึกนี้แม้มีเนื้อความสั้นเพียง ๑๒๔ บรรทัด แต่บรรจุเรื่องราวที่อุดมด้วยคุณค่าทางวิชาการหลายสาขา ทั้งในด้านนิติศาสตร์รัฐศาสตร์ เศรษฐกิจ สังคม ประวัติศาสตร์ ภูมิศาสตร์ ภาษาศาสตร์ วรรณคดี ศาสนา และจารีตประเพณีด้านนิติศาสตร์

ด้านนิติศาสตร์

ศิลาจารึกหลักนี้อาจถือว่า เป็นกฎหมายรัฐธรรมนูญเทียบได้กับรัฐธรรมนูญฉบับแรกของอังกฤษ มีการกำหนดสิทธิเสรีภาพของประชาชน และรักษาสิทธิมนุษยชน เห็นได้จากข้อความที่กล่าวถึง มีการคุ้มครองเชลยศึก นอกจากนี้ ยังมีข้อความเสมือนเป็นบทบัญญัติในกฎมณเฑียรบาลและบทบัญญัติในกฎหมายแพ่งลักษณะครอบครัวและมรดก ตลอดจนการพิจารณาความแพ่งและอาญา

ด้านรัฐศาสตร์

ศิลาจารึกหลักนี้ได้กล่าวถึงความใกล้ชิดระหว่างกษัตริย์กับประชาชนว่า พ่อขุนรามคำแหงมหาราช โปรดให้ข้าราชบริพารเข้าเฝ้าปรึกษาราชการได้ทุกวัน ยกเว้นวันพระ และเปิดโอกาสให้ราษฎรมาสั่นกระดิ่งเพื่ออุทธรณ์ฎีกาได้ทุกเมื่อ

ด้านเศรษฐกิจ

ข้อความที่จารึกไว้ว่า "ในน้ำมีปลา ในนามีข้าว" แสดงให้เห็นว่าเศรษฐกิจในสมัยสุโขทัยนั้นมีความมั่นคงมาก นอกจากนี้ ยังมีการชลประทาน การเกษตรกรรมอุดมสมบูรณ์ และการค้าขายก็ทำโดยเสรี

ด้านประวัติศาสตร์

ศิลาจารึกหลักนี้ช่วยให้เราได้ทราบถึงประวัติความรุ่งเรืองของชาติไทยในยุคสุโขทัย และประวัติเรื่องราวอื่นๆ เช่น ประวัติราชวงศ์สุโขทัย ประวัติการรวบรวมอาณาจักรไทยให้เป็นปึกแผ่น ประวัติการค้าโดยเสรี ประวัติการสืบสร้างพระพุทธศาสนา และการประดิษฐ์ลายสือไทย

ศิลาจารึกหลักนี้ได้ระบุอาณาเขตของสุโขทัยไว้อย่างชัดเจน กล่าวถึงว่าทิศตะวันออก จดเวียงจันทน์ เวียงคำ ทิศใต้จดศรีธรรมราช และฝั่งทะเล ทิศตะวันตกถึงหงสาวดี ทิศเหนือถึงเมืองแพร่ น่าน พลั่ว มีการกล่าวถึงชื่อเมืองสำคัญต่างๆ หลายเมือง เช่น เชลียง เพชรบุรี นอกจากนี้ยังได้พรรณนาแหล่งทำมาหากินและแหล่งที่อยู่อาศัยของชาวเมืองสุโขทัยไว้

ด้านภาษาศาสตร์

ลายสือไทยสมัยพ่อขุนรามคำแหงมหาราชมีความสมบูรณ์ทั้งสระและพยัญชนะ สามารถเขียนคำภาษาไทยได้ทุกคำ และสามารถเลียนเสียงภาษาต่างประเทศได้ดีกว่าอักษรแบบอื่นๆ เป็นอันมาก มีการใช้อักขรวิธีแบบนำสระและพยัญชนะมาเรียงไว้ในบรรทัดเดียวกัน ซึ่งทำให้ประหยัดทั้งเนื้อที่และเวลาในการเขียนภาษาเป็นสำนวนง่ายๆ และมีภาษาต่างประเทศบ้าง ประโยคที่เขียนก็ออกเสียงอ่านได้เป็นจังหวะคล้องจองกันคล้ายกับการอ่านร้อยกรองด้านวรรณคดี ศิลาจารึกหลักนี้จัดว่าเป็นวรรณคดีเรื่องแรกของไทย เพราะมีข้อความไพเราะลึกซึ้งและกินใจ ก่อให้เกิดจินตนาการได้งดงาม

ด้านศาสนา

ข้อความในศิลาจารึกนี้ มีหลายตอนที่แสดงให้เห็นว่า พระพุทธศาสนาซึ่งเป็นศาสนาประจำชาติไทยในสมัยพ่อขุนรามคำแหงมหาราชนั้น ได้รับการอุปถัมภ์เชิดชูอย่างดียิ่ง ประชาชนชาวไทยได้ทำนุบำรุง

พระพุทธศาสนาให้มีความเจริญรุ่งเรืองสูงส่ง มีการสร้างปูชนียสถานและปูชนียวัตถุไว้เป็นจำนวนมากพระพุทธรูปสมัยสุโขทัยสร้างขึ้นด้วยความศรัทธาในพระศาสนา จึงมีศิลปะงดงามยิ่ง แม้ในปัจจุบันนี้ก็ยังไม่สามารถจะสร้างให้งามทัดเทียมได้ด้านจารีตประเพณี ศิลาจารึกหลักนี้ช่วยให้ทราบว่า สมัยสุโขทัยนั้นมีหลักจารีตประเพณีหลายประการที่ประชาชนนับถือและปฏิบัติกันอยู่ มีทั้งประเพณีทางพระพุทธศาสนาและประเพณีอื่นๆ เช่น ประเพณีรักษาศีลเมื่อเข้าพรรษา ประเพณีฟังธรรมในวันพระ ประเพณีการทอดกฐิน ประเพณีการเผาเทียนเล่นไฟ เป็นต้น

ศิลาจารึกพ่อขุนรามคำแหงมหาราชนี้ เป็นเอกสารที่สำคัญยิ่งชิ้นหนึ่งของชาติไทย เป็นมรดกอันล้ำค่าและทรงคุณค่าอย่างยิ่ง มีสาระประโยชน์แก่ชาติบ้านเมืองนานัปการ ควรพิทักษ์รักษาไว้ให้ดำรงคงอยู่คู่ชาติไทยตลอดกาล

สรูปก็คือ ศิลาจารึกพ่อขุนรามคำแหงมหาราชหลักที่ ๑ เป็นหลักฐานสำคัญทางประวัติศาสตร์ อักษรศาสตร์ โบราณคดี และด้านอื่นๆ เรื่องการพบและการศึกษาศิลาจารึกพ่อขุนรามคำแหงมหาราช ยังมีคุณค่าทางด้านการศึกษาค้นคว้าเรื่องราวต่างๆ ในสมัยสุโขทัย เช่นสภาพสังคม วัฒนธรรม และได้เรียนรู้พระจริยวัตรอันงดงามของพ่อขุนรามคำแหงมหาราช นอกจากนี้ คนไทยเชื่อว่า มันเป็นแหล่งหนึ่งที่ให้เกิดความภาคภูมิใจในบรรพชนชาวไทย

ไตรภูมิพระร่วง(เตภูมิกถา)

หนังสือไตรภูมิพระร่วงเป็นหนังสือสำคัญสมัยกรุงสุโขทัยที่ตกทอดมาถึงปัจจุบัน เป็นวรรณคดีทางศาสนาที่มีอิทธิพลต่อคนไทยมาก เดิมเรียกว่า "เตภูมิกถา หรือไตรภูมิกถา" ในการพิมพ์ครั้งแรกเมื่อ พ.ศ. ๒๔๕๕ สมเด็จพระเจ้าบรมวงศ์เธอ กรมพระยาดำรงราชานุภาพทรงเปลี่ยนชื่อหนังสือเล่มนี้เป็น "ไตรภูมิพระร่วง" เพื่อเฉลิมพระเกียรติพระร่วงเจ้าแห่งกรุงสุโขทัยให้คู่กับหนังสือสุภาษิตพระร่วง

ผู้แต่ง พญาลิไท

แต่งเพื่ออะไร ๑. เพื่อเทศนาโปรดพระมารดาเป็นการเจริญธรรมความกตัญญู

๒. เพื่อใช้สั่งสอนประชาชนให้มีคุณธรรมและช่วยกันดำรงพระพุทธศาสนาไว้ให้ยั่งยืน

เนื้อหาสาระ เริ่มต้นด้วยคาถานมัสการเป็นภาษาบาลี ต่อไปมีบานแพนกบอกชื่อผู้แต่ง วันเดือนปีที่แต่ง บอกชื่อคัมภีร์ บอกความมุ่งหมายในการแต่ง แล้วจึงกล่าวถึงภูมิทั้ง ๓ ว่า "อันว่าสัตว์ทั้งหลายย่อม

จะเวียนวนไปมาและเกิดในภูมิ ๓ อันนี้แล” คำว่า “ไตรภูมิ” แปลว่า “สามแดน” คือ กามภูมิ รูปภูมิและอรูปภูมิ ทั้ง ๓ ภูมิแบ่งออกเป็น ๘ กันฑ์ คือ

๑. กามภูมิ มี ๖ กัณฑ์ คือ

๑.๑. นรกภูมิ เป็นแดนนรก

๑.๒. ดิรัจฉานภูมิ เป็นแดนของสัตว์ที่เจริญตามขวาง

๑.๓. เปตภูมิ เป็นแดนของเปรตที่เคยเป็นมนุษย์และทำความชั่วเกิดเป็นเปรต

๑.๔. อสุรกายภูมิ เป็นแดนของยักษ์มารหรือผีที่หลอกมนุษย์ให้ตกใจกลัว

๑.๕. มนุสสภูมิ เป็นแดนของมนุษย์

๑.๖. ฉกามาพจร เป็นแดนของเทวดาที่ยังเกี่ยวข้องในกาม มี ๖ ชั้น คือ จาตุมหาราชิก ดาวดึงส์ ยามะ ดุสิต นิมมานรดี ปรนิมมิตวสวดี

๒.รูปภูมิ มี ๑ กัณฑ์ คือ รูปาวจรภูมิ เป็นแดนของพรหมที่มีรูป แบ่งเป็น ๑๖ ชั้น ตามภูมิธรรมเรียกว่า โสฬสพรหม

๓.อรูปภูมิ มี ๑ กัณฑ์ คือ อรูปาวจรภูมิ เป็นแดนของพรหมไม่มีรูป มีแต่จิต แบ่งเป็น ๔ ชั้น

คุณค่า

ด้านศาสนา ไตรภูมิพระร่วงเป็นหนังสืออ่านยาก ตั้งแต่สมัยสุโขทัยตถอดมาจนกรุงรัตนโกสินทร์ตอนต้น ผู้ที่นำไตรภูมิไปสู่ชาวบ้านก็คือพระสงฆ์ และนำไปโดยการเทศนา ทำภาษายากให้เป็นภาษาง่ายที่ชาวบ้านเข้าใจได้ โดยเฉพาะเนื้อเรื่องนั้นมีอิทธิพลต่อความรู้สึกนึกคิดเกี่ยวกับบาปบุญคุณโทษการเกิดการตาย เกี่ยวกับโลกทั้งสาม (ไตรภูมิ) ซึ่งทำให้คนสมัยกรุงสุโขทัยเข้าใจเรื่องชีวิตของตนเองว่าเกิดมาอย่างไร ตายแล้วไปไหน โลกที่อยู่ปัจจุบันและโลกหน้าเป็นอย่างไร

ด้านภาษา สำนวนโวหารในไตรภูมิ โดยเฉพาะพรรณนาโวหารนั้น ประณีตละเอียดลออเป็นอย่างยิ่ง จนทำให้นึกเห็นสมจริง ให้เห็นสภาพอันน่าสยองขวัญของนรก สภาพอันรุ่งเรืองบรมสุขของสวรรค์ จนจิตรกรอาจถ่ายบทพรรณนานั้นลงเป็นภาพได้ เราจะเห็นภาพฝาผนังของวิหารและโบสถ์ตามวัดต่างๆ ไป (นอกจากนี้ ยังแสดงให้เห็นถึงความเปลี่ยนแปลงทางภาษาระหว่างสมัยพ่อขุนรามคำแหงกับสมัยพระมหาธรรมราชาลิไท)

ด้านสังคม มุ่งใช้คุณธรรมความดีเป็นพื้นฐานการสร้างสรรค์ความสุขในสังคม

ด้านอิทธิพลต่อกวียุคหลัง กวียุคหลังได้ใช้ไตรภูมินี้เป็นแนวพรรณนาป่าหิมพานต์ เขาพระสุเมรุ วิมานพระอินทร์ ส่วนจิตรกรได้อาศัยความคิด ความเชื่อในไตรภูมิ เป็นแนวการสร้างสรรค์งานศิลปะรวมความว่า ไตรภูมิพระร่วงเป็นหนังสือเก่าชั้นวรรณคดีที่มีอิทธิพลต่อความคิดอ่านของคนไทยในเรื่องบาปบุญคุณโทษ ในด้านจิตรกรรมฝาผนังโบสถ์ต่างๆ และวรรณคดีตั้งแต่สมัยสุโขทัยจนถึงสมัยปัจจุบัน หนังสือนี้แสดงให้เห็นพระปรีชาสามารถของพระยาลิไทในด้านศาสนา และใช้จริยธรรมในการบริหารบ้านเมือง และยังแสดงให้เห็นพระสติปัญญา ตลอดจนให้แนวคิดในเชิงปรัชญา สังคม และค่านิยมของสังคมเป็นอย่างดียิ่ง

🕮สุภาษิตพระร่วง (บัญญัติพระร่วง)

สุภาษิตพระร่วงมีชื่อเรียกอีกอย่างหนึ่งว่า "บัญญัติพระร่วง" เป็นสุภาษิตที่เก่าแก่ ได้รับการจดจำกันมาหลายชั่วคนแล้ว เพิ่งมาบันทึกไว้เป็นหลักฐานครั้งแรกในสมัยรัชกาลที่ ๓ หรือพระบาทสมเด็จพระนั่งเกล้าเจ้าอยู่หัวแห่งกรุงรัตนโกสินทร์ โดยกวีในสมัยนั้นได้รวบรวมและแต่งเติมเสริมต่อให้ครบถ้วนแล้วจารึกไว้ที่ผนังวิหารด้านในทางทิศเหนือหน้ามหาเจดีย์ในวัดพระเชตุพนวิมลมังคลาราม ราชวรมหาวิหาร หรือวัดโพธิ์ท่าเตียนกรุงเทพฯ เมื่อ พ.ศ. ๒๓๗๙ ต่อมาหอพระสมุดได้รวบรวมไว้ในหนังสือประชุมจารึกวัดพระเชตุพนฯ

ผู้แต่ง ไม่ปรากฏนามผู้แต่ง

แต่งเพื่ออะไร เพื่อสั่งสอนประชาชน

เนื้อหาสาระ เริ่มด้วยพระร่วงแห่งกรุงสุโขทัยทรงมุ่งหวังประโยชน์ในภายหน้า จึงทรงบัญญัติสุภาษิตเพื่อเป็นเครื่องเตือนสติประชาชน มีสุภาษิต ทั้งหมด ๑๕๘ บท

ตัวอย่างบางตอน

เมื่อน้อยให้เรียนวิชา ให้หาสินเมื่อใหญ่ อย่าใฝ่เอาทรัพย์ท่าน อย่าริร่านแก่ความ เข้าเถื่อนอย่าลืมพร้า หน้าศึกอย่านอนใจ ไปเรือนท่านอย่านั่งนาน การเรือนตนเร่งคิด อย่านั่งชิดผู้ใหญ่ อย่าใฝ่สูงให้พ้นศักดิ์ ปลูกไมตรีอย่ารู้ร้าง สร้างกุศลอย่ารู้โรย หว่านพืชจักเอาผล เลี้ยงคนจักกินแรง น้ำเชี่ยวอย่าขวางเรือ ที่ซุ้มเสือจงประหยัด มีสินอย่าอวดมั่ง ผู้เฒ่าสั่งจงจำความ ครูบาสอนอย่าโกรธ โทษตนผิดพึงรู้ อย่าขอของรักมิตร ชอบชิดมักจางจาก ภายในอย่านำออก ภายนอกอย่านำเข้า อาสาเจ้าจนตัวตาย อาสานายจงพอแรงยอ

ข้าเมื่อเสร็จกิจ ยอมิตรเมื่อลับหลัง อย่าขุดคนด้วยปาก อย่าถากคนด้วยตา อย่าพาผิดด้วยหู อย่าเลียนครูเตือนด่า อย่าริกล่าวคำคด คนทรยศอย่าเชื่อ อย่ามักง่ายมิดี อย่าตีงูให้แก่กา อย่ารักเหากว่าผม อย่ารักลมกว่าน้ำ อย่ารักถ้ำกว่าเรือน อย่ารักเดือนกว่าตะวัน

คุณค่า

ด้านภาษา สำนวนภาษาที่ใช้ในสุภาษิตนี้ใช้ถ้อยคำง่ายๆ คล้องจอง กะทัดรัด ไม่มีศัพท์สูง จึงทำให้น่าอ่านเพราะง่ายต่อการเข้าใจและจดจำ

ด้านสังคม คนไทยได้นับถือสุภาษิตพระร่วงเป็นแนวในการดำเนินชีวิตมาช้านาน เพราะสุภาษิตพระร่วงนี้ให้คติทั้งในทางโลกและทางธรรมคนไทยได้ชื่อว่าเป็นคนเจ้าสุภาษิตเจ้าบทเจ้ากลอนอยู่แล้วจึงถือได้ว่าสุภาษิตพระร่วงเป็นสุภาษิตที่เป็นหลักฐานในสังคมไทยมาช้านานและภาษิตบางอย่างเราก็ยึดถือกันมาจนทุกวันนี้

ด้านค่านิยมทางสังคม เช่น มีความจงรักภักดีต่อพระมหากษัตริย์ ส่งเสริมการศึกษารู้จักประมาณตนไม่โอ้อวดสร้างไมตรีไม่เบียดเบียนมิตรรักเกียรติและศักดิ์ศรีมากกว่าทรัพย์ เป็นต้น

ด้านอิทธิพลต่อกวียุคหลัง กวีรุ่นหลังใช้นำไปอ้างในวรรณคดีเรื่องต่างๆ เช่นมหาเวสสันดรชาดก เพลงยาวถวายโอวาท และขุนช้างขุนแผน เป็นต้น

📖 ตำรับท้าวศรีจุฬาลักษณ์ (นางนพมาศ)

ตำรับท้าวศรีจุฬาลักษณ์ มีชื่อเรียกว่า "นางนพมาศ" บ้าง "เรวดีนพมาศ" บ้าง เป็นหนังสือที่ยังมีปัญหาเกี่ยวกับสมัยที่แต่ง นักวรรณคดีมีความเห็นตรงกันว่า ตำรับท้าวศรีจุฬาลักษณ์เป็นหนังสือที่แต่งเติมหรือแต่งใหม่ในสมัยกรุงรัตนโกสินทร์ โดยใช้เค้าเรื่องเดิม ทั้งนี้เพราะมีเรื่องราวที่เกิดขึ้นในสมัยกรุงรัตนโกสินทร์ เช่น การกล่าวถึงชนชาติอเมริกัน การกล่าวถึงปืนใหญ่ซึ่งไม่มีในสมัยนั้น ถ้อยคำสำนวนเป็นถ้อยคำใหม่ มีคำกลอนซึ่งเกิดขึ้นหลังสมัยกรุงสุโขทัยอยู่ด้วย

ผู้แต่ง นางนพมาศ เป็นธิดาของพระศรีมโหสถและนางเรวดี มีรูปสมบัติและคุณสมบัติที่งดงามได้รับการอบรมจากบิดา มีความรู้ทางอักษรศาสตร์ พุทธศาสนา ศาสนาพราหมณ์ การช่างของสตรี ตลอดจนการขับร้องดนตรี ถวายตัวเป็นสนมทำหน้าที่ขับร้องถวาย ได้เป็นพระสนมเอกของพระยาลิไท ตำแหน่งท้าวศรีจุฬาลักษณ์

แต่งเพื่ออะไร เพื่อแสดงถึงขนบธรรมเนียมประเพณีต่างๆ และจริยธรรมของผู้รับราชการฝ่ายใน

เนื้อหาสาระ แบ่งออกได้เป็น ๕ ตอน คือ

๑. กล่าวถึงชาติและภาษาต่างๆ

๒. ยอพระเกียรติพระร่วง เล่าชีวิตของชาวสุโขทัยและสถานที่บางแห่ง

๓. ประวัติของนางนพมาศเอง

๔. คุณธรรมและการปฏิบัติหน้าที่ของนางสนม

๕. พระราชพิธีต่างๆ เช่น พระราชพิธีจองเปรียงลอยพระประทีป (เดือนสิบสอง) พระราชพิธีวิสาขะ และพระราชพิธีจรดพระนังคัล (เดือนหก) พระราชพิธีอาษาฒมาส (เดือนแปด) พระราชพิธีอาสวยุช (เดือนสิบเอ็ด) เป็นต้น

ตัวอย่างบางตอน

๑. ข้อปฏิบัติของข้าราชการฝ่ายใน

"อย่าทำรีๆ ขวางๆ ให้เขาว่า อย่าทำเซ่อๆ ซ่าๆ ให้ท่านหัว อย่าประพฤติตัวเก้อๆ ขวยๆ ให้คนล้ออย่าทำลับๆ ล่อๆ ให้เขาถาก อย่าทำโปกๆ ปากๆ ให้ท่านว่ากิริยาชั่ว จงแต่งตัวให้งามต้องตาคน จะประพฤติตนให้ต้องใจท่านทั้งหลาย จงฝากตัวมูลนายให้กรุณา จงระวังเวลาราชการ..."

๒. การประดิษฐ์โคมในพระราชพิธีจองเปรียง

"ข้าพระองค์สำคัญใจคิดเห็นว่า เป็นนักขัตฤกษ์วันเพ็ญเดือนสิบสอง พระจันทร์แจ่มแสงปราศจากเมฆมลทิน อันว่าดวงดอกชาติโกสุมประทุมมาลย์ มีแต่จะเบ่งบานกลีบรับแสงอาทิตย์ ถ้าเชาติอุบลเหล่าใดบานผกาเกสรรับแสงพระจันทร์แล้วก็ได้ชื่อว่า ดอกกระมุท ข้าพระองค์จึงทำโคมลอยเป็นรูปดอกกระมุทซึ่งบังเกิดมีอยู่ยังนัมมทานที อันเป็นที่พระบวรพุทธบาทประดิษฐาน"

๓. ชีวิตความเป็นอยู่

"ถึงวันวิสาขนักขัตฤกษ์ครั้งใด ก็สว่างไปด้วยแสงประทีป เทียน ดอกไม้เพลิง แลสล้างด้วยธงชายไสวไปด้วยพู่พวงดอกไม้ร้อยกรองห้อยแขวน หอมตลบไปด้วยกลิ่นสุคนธรสรวยรื่น เสนาะสำเนียงพิณพาทย์ฆ้องกลองทั้งทิวาราตรี มหาชนชายหญิงพากันกระทำกองการกุศล"

คุณค่า

ด้านวัฒนธรรม มีคุณค่าในการแสดงหลักฐานทางวัฒนธรรมโบราณของไทยทำให้เรารู้เรื่องขนบ

ธรรมเนียมประเพณีในพระราชสำนัก ได้แก่ ประเพณีการลอยกระทง การปฏิบัติตัวของหญิงชาววัง เช่น ตำแหน่งหน้าที่ของนางนพมาศ และการศึกษาของเด็กไทยสมัยก่อน เช่น การที่พระศรีมโหสถบิดานางนพมาศได้ให้นางนพมาศศึกษาอักษรสยามพากย์และอักษรสันสกฤตจนชำนาญ

ด้านสังคม ให้ความรู้เกี่ยวกับคุณสมบัติสตรีและค่านิยมทางสังคม ได้แก่ ความประพฤติ ความขยัน รวมทั้งวิชาทางช่าง หนังสือเรื่องนี้เป็นหลักฐานแสดงว่าหญิงไทยของเรามีนิสัยช่างประดิษฐ์มาตั้งแต่โบราณ เช่น การที่นางนพมาศประดิษฐ์โคมลอยดอกกระมุท และการที่ข้าราชบริพารฝ่ายในประดิษฐ์โคมประทีปให้มีลวดลายต่างๆ เป็นต้น

ด้านภาษา มีคุณค่าทางอักษรศาสตร์และวรรณคดี เรื่องนี้ใช้โวหารในเชิงพรรณนาได้อย่างดียิ่งทำให้น่าอ่านและเข้าใจง่าย

ด้านโบราณคดี ให้ความรู้ในทางโบราณคดี เป็นประโยชน์ในการสอบสวนพระราชพิธีต่างๆ

คำศัพท์

ไพร่ฟ้าหน้าใส 士兵，兵卒

จะแจ้น 混乱，纷乱，骚乱

ลูท่าง 道路；途径

พ่อเชื้อ 亡父

ช้างขอ 训过的象

ผิดแผกแสกว้างกัน 争吵

บ่（否定词）不

ใคร่เดือด 嫉妒

หัวพุ่งหัวรบ 敌军首领

เจ็บท้องข้องใจ 争吵

ระพัง 水池

มักโอยทาน 布施

ญญ่าย 快速地，赶紧地

ตีหนังวังช้าง 猎象

ล้มตายหายกว่า 去世，死亡

เสื้อคำ 亡父

เยียข้าว 粮仓

แล่งความ 断案，评判

บ่ใคร่พิน 不想要

ตวง 直至，以至

ไพร่ฟ้าหน้าปก 民生疾苦

บ่ไร้ 不难，容易

ตรีบูร 三层围墙

แต่ปีแล้ญิบล้าน 每年两百万

อรัญญิก 丛林庙宇

ราม 中等

ทะเลหลวง 旷野

ปสาน 市场

สรีดภงส 堤，堰，排水管

ขพุง 山名

วันเดือนเต็ม 月圆之日（阴历十五日）

รูจาศรี 象名

เวียงผา 石墙

รอด 到，达

เท้า 到，达

หลวก 聪明过人

แกล้ง 精美，精致

อัจนะ 应祭祀之物

น้ำโคก 瀑布

ผี 鬼

กระพัดลยา 连接象轿和象尾的绳索

ชเลียง 差良城

หาก 如果

แคะ 迅速，敏捷

แบบฝึกหัด

ตอนที่ ๑ จงเลือกข้อที่ถูกต้องตามเนื้อเรื่อง

๑. หลักศิลาจารึกหลักที่ ๑ สร้างขึ้นเมื่อปี พ.ศ.

ก. ๑๘๒๕ ข. ๑๘๓๕ ค. ๑๘๕๕ ง.๑๘๔๕

๒. ข้อใดมิใช่ลักษณะอักษรสมัยของพ่อขุนรามคำแหง

ก. สระคัว ที่ไม่มีตัวสะกดตาม ใช้ วว เช่น ตวว อ่านว่า ตัว

ข. สระอะ เมื่อมีตัวสะกดให้ใช้พยัญชนะซ้อนกัน เช่น น่งง (นั่ง) ขบบ (ขับ)

ค. มีการใช้วรรณยุกต์ 4 รูป คือไม้เอก ไม้โท ไม้ตรี ไม้จัตวา

ง. ตัว ม ที่ใช้เป็นตัวสะกดให้ใช้นฤคหิตแทน เช่น กลํ (กลม)

๓. หลักศิลาจารึกที่ ๑ ด้านที่ ๑ กล่าวถึงสิ่งใดเป็นสำคัญ

ก. การกล่าวสรุปสรรเสริญ และยอพระเกียรติพ่อขุนรามคำแหงมหาราช

ข. กล่าวถึงการขยายอาณาเขตสมัยพ่อขุนรามคำแหง

ค. พระราชประวัติของพ่อขุนรามคำแหง

ง. การพรรณนาถึงเมืองสุโขทัยสมัยพ่อขุนรามคำแหง

๔. เมื่ออายุ ๑๙ ปีพ่อขุนรามคำแหงได้ออกรบและต่อสู้กับใคร

ก. พระเจ้าบุเรงนอง ข. พระเจ้าตองอู

ค. พระเจ้าตะเบ็งชะเวงตี้ ง. ขุนสามชน

๕. ข้อความใดบ่งบอกถึงความกล้าหาญของพ่อขุนรามคำแหงได้เป็นอย่างดี

ก. กูไปตีหนังวังช้างได้ กูเอามาแก่พ่อกู

ข. ไพร่ฟ้าหน้าใสพ่อกูหนีญญ่ายพายจแจ้น

ค. พ่อกูไปรบขุนสามชน หัวซ้ายขุนสามชนขับมา

ง. กูบ่หนี กูขี่ช้างเบกพล กูขับเข้าก่อนพ่อกู

๖. หลักศิลาจารึกที่ ๑ เกี่ยวข้องกับพระมหากษัตริย์พระองค์ใดมากที่สุด

ก. พระมหาธรรมราชาที่ ๑ ข. พ่อขุนศรีอินทราทิตย์

ค. พ่อขุนรามคำแหง ง. พ่อขุนบานเมือง

๗. หลักศิลาจารึกพ่อขุนรามคำแหงมหาราชมีคุณค่าในด้านใดมากที่สุด

ก. อักษรศาสตร์และประวัติศาสตร์ ข. อักษรศาสตร์และรัฐศาสตร์

ค. สังคมศาสตร์และศึกษาศาสตร์ ง. รัฐศาสตร์และประวิติศาสตร์

๘. ใครเป็นผู้คนพบหลักศิลาจารึกพ่อขุนรามคำแหงมหาราช

ก. รัชกาลที่ ๔ ข. รัชกาลที่ ๓ ค. รัชกาลที่ ๒ ง. รัชกาลที่ ๑

๙. คำว่า “กูไปตีหนังวังช้างได้” มีความหมายตรงกับข้อใดที่สุด

ก. ไปคล้องช้าง ข. ไปปล้นช้างข้าศึกมาได้

ค. ไปทำยุทธหัตถี ง. ไปชนช้าง

๑๐. ข้อใดเป็นที่มาของพระนามว่าพระรามคำแหง

ก. กูไปตีหนังวังช้างได้ กูเอามาแก่พ่อกู ข. ขุนสามชนเจ้าเมืองฉอดมาท่เมืองตาก

ค. ไพร่ฟ้าหน้าใสพ่อกูหนีญญ่ายพายจแจ้น ง. ตนกูพุ่งช้างขุนสามชนตัวชื่อมาสเมืองแพ้

ตอนที่ ๒ จงตอบคำถามต่อไปนี้ ตามเนื้อเรื่องตัวบทและความเข้าใจของตน

๑. ผู้แต่งศิลาจารึกพ่อขุนรามคำแหงเป็นใคร

๒. คำประพันธ์ของศิลาจารึกพ่อขุนรามคำแหงมีอะไรบ้าง ขอยกตัวอย่าง

ตอนที่ ๓ จงแปลประโยคต่อไปนี้เป็นภาษาไทยปัจจุบัน

เมื่อชั่วพ่อขุนรามคำแหง เมืองสุโขทัยนี้ดี ในน้ำมีปลาในนามีข้าว เจ้าเมืองบ่เอาจกอบในไพร่ ลู่ทางเพื่อจูงวัวไปค้า ขี่ม้าไปขาย ใครจักใคร่ค้าช้างค้า ใครจักใคร่ค้าม้าค้า ใครจักใคร่ค้าเงือนค้าทองค้า

บรรณนุกรม

[1] 段立生 . 泰国通史 [M]. 上海：上海社会科学院出版社，2014.

[2][俄] 弗 · 科尔涅夫 . 泰国文学简史 [M]. 高长荣，译 . 北京：外国文学出版社，1981.

[3] 贺圣达 . 东南亚文化发展史 [M]. 昆明：云南人民出版社，2011.

[4] 金勇 . 泰国民间文学 [M]. 银川：宁夏人民教育出版社，2011.

[5] 李健 . 泰国文学沉思录 [M]. 北京：世界图书出版公司，2007.

[6] 郁龙余 . 东方文学史 [M]. 银川：宁夏人民出版社，2001.

[7] 尹湘玲 . 东南亚文学史概论 [M]. 北京：世界图书出版公司，2011.

[8] เอกรัตน์ อุดมพร.วรรณคดีสมัยสุโขทัย[M].กรุงเทพฯ: สำนักพิมพ์พัฒนาศึกษา, 2546.

[9] สุกัญญา สุจฉายา. วรรณคดีนิทานไทย[M].กรุงเทพฯ: สำนักพิมพ์จุฬาลงกรณ์มหาวิทยาลัย, 2557.

[10] ส.พลายน้อย.นิทานวรรณคดี[M].กรุงเทพฯ: บริษัทเยลโล่การพิมพ์, 2554.

บทที่ ๓ วรรณคดีสมัยกรุงศรีอยุธยา

大城王朝，因其都城建于阿瑜陀耶城，故又被称为“阿瑜陀耶王朝”，其间经历了 4 个皇族、23 位国王，共历时 417 年，是泰国史上历时最长的王朝。大城王朝在初期就已经有封建国家的雏形，随后在“萨迪纳制度”基础之上，泰国有了完善的统治制度和法律，经济也随之繁荣起来，此时的大城王朝达到了巅峰。盛极之后的大城王朝于公元 1767 年第二次泰缅战争中被缅甸所灭。

大城王朝的历史变迁影响着其文学的发展，初期还有着明显的素可泰王朝文学作品的影子，中期则已经有属于自己的特征的文学作品出现，也涌现出大量能够代表这一时期人们所思所想的作家诗人，而后期由于战事频繁，社会不稳定，传统文学的发展受到了极大的限制，其民间文学在这一时期则以说唱文学的形式发展。

วรรณคดีไทยสมัยอยุธยาแบ่งออกเป็น ๓ ช่วงสมัย คือ

๑.สมัยอยุธทยาตอนต้น ตั้งแต่สมัยพระรามาธิบดีที่ ๑ (พระเจ้าอู่ทอง) ถึงสมัยพระรามาธิบดีที่ ๒ (พ.ศ.๑๘๙๓-๒๐๗๒)

๒.สมัยอยุธยาตอนกลาง ตั้งแต่สมัยพระเจ้าทรงธรรมถึงสมัยสมเด็จพระนารายณ์มหาราช (พ.ศ. ๒๑๖๓-๒๒๓๑)

๓.สมัยอยุธยาตอนปลาย ตั้งแต่สมัยสมเด็จพระเจ้าอยู่หัวบรมโกศถึงสมัยพระเจ้าเอกทัศน์ (พ.ศ. ๒๒๗๕-๒๓๑๐)

วรรณคดีสมัยกรุงศรีอยุธยาตอนต้น

สมัยอยุธยาตอนต้น คือตั้งแต่ พ.ศ. ๑๘๙๓-๒๑๗๑ รวมเวลาถึง ๒๗๘ ปี แต่ปรากฏว่ามีหนังสือที่ควรนับว่าเป็นหนังสือสำคัญตกทอดมาถึงปัจจุบันนี้ไม่กี่เรื่อง โดยที่เจ้าอู่ทองได้มาตั้งบ้านเมืองซึ่งอยู่เขตวัฒนธรรมของขอม ฉะนั้นไทยจึงรับเอาวัฒนธรรมของขอมมาปนหลายอย่าง แม้ตัวหนังสือก็น่าจะได้ใช้หนังสือของขอม วรรณคดีในสมัยนี้เริ่มปรากฏกาพย์ โคลงฉันท์ ส่วนเรื่องราวทางวรรณคดีเป็นเรื่องที่เกี่ยวกับทางพิธี คือประกาศแช่งน้ำโคลงห้า เกี่ยวกับการสรรเสริญสดุดี คือลิลิตยวนพ่าย เกี่ยวกับทางศาสนาคือมหาชาติคำหลวง ถ้อยคำภาษาที่ใช้มีภาษาเขมรเจือปนมาก นอกจากนี้ มีภาษาบาลี สันสกฤต ซึ่งเข้ามาโดยพราหมณ์ที่พาเอาวัฒนธรรมของอินเดีย ผ่านทางเขมรมายังไทยอีกทอดหนึ่ง

วรรณคดีในยุคนี้มีเรื่องสำคัญดังต่อไปนี้

- ลิลิตโองการแช่งน้ำ
- มหาชาติคำหลวง
- ลิลิตพระลอ
- ลิลิตยวนพ่าย
- กาพย์มหาชาติ

ลิลิตโองการแช่งน้ำ

หนังสือเรื่องนี้นับว่าเป็นวรรณคดีเรื่องแรกของคนไทยที่แต่งเป็นร้อยกรองอย่างสมบูรณ์แบบ ชื่อเรียกแต่เดิมว่าโองการแช่งน้ำบ้าง ประกาศแช่งน้ำโคลงห้าบ้าง ต้นฉบับที่ถอดเป็นอักษรไทยจัดเป็นวรรคตอนคำประพันธ์ไว้ค่อนข้างสับสน พระบาทสมเด็จพระมงกุฎเจ้าอยู่หัว ทรงสอบทานและพระราชวินิจฉัยเรียบเรียงวรรคตอนใหม่

ทำนองแต่งมีลักษณะเป็นลิลิต คือ มีร่ายกับโคลงสลับกัน ร่ายเป็นร่ายโบราณ ส่วนโคลงเป็นโคลงแบบโคลงห้าหรือมณฑกคติ ถ้อยคำที่ใช้ส่วนมากเป็นคำไทยโบราณ นอกจากนั้นมีคำเขมร และบีลี สันสกฤตปนอยู่ด้วย คำสันสกฤตมีมากกว่าคำบาลี

ผู้แต่ง สมเด็จพระเจ้าบรมวงศ์เธอ กรมพระยาดำรงราชานุภาพ

แต่งเพื่ออะไร เพื่อใช้อ่านในพิธีถือพระพิพัฒน์สัตยาหรือพิธีศรีสัจปานกาล ซึ่งกระทำตั้งแต่รัชกาล

สมเด็จพระเจ้าอู่ทองสืบต่อกันมาจนเลิกไปเมื่อประเทศไทยเปลี่ยนแปลงการปกครองมาเป็นระบบประชาธิปไตย ใน พ.ศ. ๒๔๗๕

📖มหาชาติคำหลวง

มหาชาติคำหลวงเป็นหนังสือมหาชาติฉบับภาษาไทย และเป็นประเภทคำหลวงเรื่องแรกเรื่องเกี่ยวกับผู้แต่งและปีที่แต่งมหาชาติคำหลวง ปรากฏหลักฐานในเรื่องพงศาวดารฉบับคำหลวงกล่าวยืนยันปีที่แต่ไว้ตรงกับมหาชาติคำหลวงเดิมหายไป ๖ กัณฑ์ พระบาทสำเด็จพระพุทธเลิศหล้านภาลัย ทรงมีพระบรมราชโองการให้พระราชาคณะและนักปราชญ์ราชบัณฑิตแต่งซ่อมให้ครอบ ๑๓ กัณฑ์เมื่อจุคศักราช ๑๑๗๖ พุทธศักราช ๒๓๔๗ ได้แก่ กัณฑ์ หิมพานต์ ทานกันฑ์ จุลพน มัทรี สักกบรรพ และฉกษัตริย์

ผู้แต่ง สมเด็จพระบรมไตรโลกนาถโปรดฯ ให้นักปราชญ์ราชบัณฑิตช่วยกันแต่ง เมื่อจุลศักราช

แต่งเพื่ออะไร เพื่อใช้อ่านหรือสวดในวันสำคัญทางศาสนา เช่น วันเข้าพรรษา และอาจเรียกรอยตามพระพุทธธรรมราชาลิไท ซึ่งพระราชนิพนธ์เรื่องไตรภูมิพระร่วง

📖ลิลิตยวนพ่าย

ลิลิตยวนพ่าย มีลักษณะเป็นวรรณคดีหรือเฉลิมพระเกียรติกษัตริย์ แต่งขึ้นเนื่องจากความปถาบปลื้มยินดีในพระบารมีของพระมหากษัตริย์ สันนิษฐานแต่งในรัชกาลสมเด็จพระบรมไตรโลกนาถ ราวพ.ศ. ๒๐๑๗ แต่ความเห็นอีกประการหนึ่งว่า แต่งในรัชสมัยสมเด็จพระรามาธิบดีที่ ๒ (พ.ศ. ๒๐๓๔-๒๐๗๒) เหตุที่ว่าลิลิตยวนพ่าย อาจแต่งในรัชกาลสมเด็จพระรามาธิบดีที่ ๒ ก็เนื่องด้วยพระมหากษัตริย์พระองค์นี้เป็นพระราชโอรสในสมเด็จพระบรมไตรโลกนาถ และทรงประปรีชาสามารถทุนะบำรุงบ้านเมืองให้เจริญรุ่งเรืองรอยพระราชบิดาก็เป็นได้ คำว่า “ยวน” ในลิลิตเรื่องนี้หมายถึง “ชาวล้านนา” คำว่า “ยวนพ่าย” หมายถึง “ชาวล้านนาแพ้” เนื้อเรื่องของลิลิตยวนพ่ายกล่าวชาวล้านนาในสมัยพระเจ้าติโลกราช ซึ่งพ่ายแพ้แก่กรุงศรีอยุธยาในรัชกาลสมเด็จพระบรมไตรโลกนาถ

ผู้แต่ง ไม่ปรากฏผู้แต่ง

แต่งเพื่ออะไร เพื่อยอพระเกียรติของสมเด็จพระบรมไตรโลกนาถ และสดุดีชัยชนะที่มีต่อเชียงใหม่ในรัชกาลนั้น

📖ลิลิตพระลอ

เป็นวรรณคดีนิทานเพื่อการอ่านเรื่องแรก แต่งขึ้นในรัชการพระบรมไตรโลกนาถ-พระรามาธิบดีที่ ๓ ด้วยคำประพันธ์ชนิดร่ายและโคลงหลายชนิด มีทั้งร่ายและโคลงโบราณ โคลงสุภาพและโคลงดั้น

เรื่องลิลิตพระลอเป็นเรื่องที่มีคนรู้จักมาก เป็นอุทาหรณ์แห่งความรักอย่างรุนแรง แนวคิดของเรื่องเพ่งอยู่ที่ความรักจุดเดียว โวหารและสำนวนแต่งนับว่าเป็นแบบฉบับของหนังสือลิลิต

ในวรรณคดีประเภทลิลิตแล้ว ลิลิตพระลอนั้นนับว่าเป็นลิลิตที่มีศิลปะในการเรียบเรียงได้ไพเราะจับใจยิ่งนัก จนวรรณคดีสโมสรได้ตัดสินเมื่อพ.ศ.๒๔๕๙ ว่าลิลิตพระลอนั้นเป็นยอดในกระบวนกลอนลิลิตทั้งหลาย

ผู้แต่ง

ทั้งเรื่องผู้แต่งและปีที่แต่ง ไม่ปรากฏหลักการหรือข้อความระบุที่ชัดเจน เนื่องจากแต่งได้เลิศเลอหาใครเทียมมิได้ จึงสันนิษฐานว่าผู้แต่งน่าจะเป็นนักปราชญ์ทีเดียว ส่วนปีที่แต่งนั้น อาศัยเนื้อเรื่องที่ระบุถึงสงครามระหว่างไทยและเชียงใหม่มาเป็นจุดอ้างอิง ซึ่งเดิมนั้นเชื่อว่าน่าจะแต่งขึ้นในสมัยสมเด็จพระนารายณ์มหาราช (พ.ศ. ๒๑๙๙-๒๒๓๑) แต่ไม่ปรากฏหลักฐานชัดเจน และเป็นที่ถกเถียงกันมาจวบจนปัจจุบัน นักวิจารณ์วรรณคดีส่วนใหญ่ลงความเห็นว่า ลิลิตพระลอแต่งขึ้นในสมัยอยุธยาแน่ แต่ยังมีบางท่านเสนอเวลาที่ใหม่กว่านั้น ว่าน่าจะแต่งขึ้นในสมัยต้นกรุงรัตนโกสินทร์ แต่ยังมีผู้คล้อยตามไม่มากนัก

เรื่องย่อ

ในอดีตที่ผ่านมา มีเมืองสองเมืองสถาปนาขึ้นในอาณาเขตไทย เนื่องจากเมืองเหนือสองเมืองเป็นศัตรูคู่อริไม่ถูกกัน ท้าวแมนสรวงเป็นกษัตริย์ของเมืองแมนสรวง พระองค์มีพระมเหสี ทรงพระนามว่า "นาฏบุญเหลือ" ทั้งสองพระองค์มีพระโอรสซึ่งมีพระนามว่า "พระลอดิลกราช" หรือเรียกกันสั้นๆ ว่า "พระลอ" มีกิตติศัพท์เป็นที่ร่ำลือกันว่าพระองค์นั้นทรงเป็นชายหนุ่มรูปงามไปทั่วสารทิศจนไปถึงเมืองสรอง ซึ่งเป็นเมืองที่ถูกปกครองโดยท้าวพิชัยวิษณุกร พระองค์มีพระนามว่า "พรดาราวดี" และพระองค์ทรงมีพระธิดาผู้เลอโฉมถึงสองพระองค์พระนามว่า "พระเพื่อน" และ "พระแพง"

พระเพื่อนและพระแพงได้ยินมาว่า พระลอเป็นชายหนุ่มรูปงาม ก็ให้ความสนใจอยากจะได้ยล พี่เลี้ยงของพระเพื่อนและพระแพงคือนางรื่น และนางโรย สังเกตเห็นความปรารถนาของนายหญิงของตน ก็เข้าใจในพระประสงค์ สองพี่เลี้ยงจึงอาสาจะจัดการให้นายของตนนั้นได้พบกับพระลอ โดยการส่งคนไปขับซอในนครแมนสรวง และในขณะที่ขับซอนั้นจะให้นักดนตรีพร่ำพรรณนาถึงความงามของเจ้าหญิงทั้งสอง

ในขณะเดียวกันนั้นพี่เลี้ยงทั้งสองก็ได้ไปหาปู่เจ้าสมิงพราย เพื่อที่จะให้ช่วยทำเสน่ห์ให้พระลอหลงใหลในเจ้าหญิงทั้งสอง

เมื่อพระลอต้องมนต์ก็ทำใคร่อยากที่จะได้ยลพระเพื่อนและพระแพงเป็นยิ่งนัก พระองค์เกิดความคลั่งไคล้ไหลหลงจนไม่เป็นอันทำอะไร แม้แต่กระทั่งเสวยพระกระยาหาร พฤติกรรมที่เปลี่ยนไปของพระองค์ได้ทำให้พระราชชนนีสงสัยว่าจะมีผีมาเข้ามาสิงสู่อยู่ แต่ถึงแม้ว่าจะหาหมอผีคนไหนมาทำพิธีขับไล่ก็ไม่มีผลอันใด พระลอก็ยังคงมีพฤติการณ์อย่างเดิมอยู่

เพื่อที่จะได้ยลเจ้าหญิงทั้งสอง พระลอจึงทูลลาพระราชชนนีออกประพาสป่า แต่จุดประสงค์ที่แท้จริงก็คือ เพื่อที่จะได้ไปยลเจ้าหญิงแห่งเมืองสรองนั่นเอง จากนั้นพระลอก็ออกเดินทางมุ่งหน้าสู่เมืองสรองพร้อมคนสนิทอีก ๒ คน คือ นายแก้ว กับนายขวัญ พร้อมกับไพร่พลอีกจำนวนหนึ่ง ทั้งหมดต้องเดินผ่านป่าผ่าดงจนกระทั่งมาพบแม่น้ำสายหนึ่งมีชื่อว่า "แม่น้ำกาหลง"

และที่แม่น้ำกาหลงนี้เอง ที่พระลอได้ตั้งอธิฐานว่าหากตนเองได้รอดกลับมาน้ำจะใสและไหลตามปรกติแต่หากต้องตายให้น้ำกลายเป็นสีเลือดและไหลผิดปรกติ หลังจากคำอธิฐานนั้น แม่น้ำเปลี่ยนเป็นสีแดงเลือดในทันที่และไหลเวียนวนผิดปกติ เมื่อพระลอเห็นดังนั้นก็รู้ได้ว่าจะมีเรื่องร้ายรออยู่เบื้องหน้าของพระองค์แต่ก็ไม่ได้ทำให้พระองค์เกิดความย่อท้อที่จะได้พบกับเจ้าหญิงที่พระทัยของพระองค์เรียกร้องแต่อย่างใด ถึงแม้ว่าพระองค์นั้นจะไม่เคยพบนางเลย แต่พระองค์คลั่งไคล้หลงในตัวนางทั้งสองเป็นยิ่งนัก

ส่วนเจ้าหญิงทั้งสองรอการเดินทางมาของเจ้าชายรูปงามไม่ได้ และเกรงว่ามนต์เสน่ห์ของปู่เจ้าสมิงพรายจะไม่เห็นผล จึงได้ขอร้องให้ปู่เจ้าสมิงพรายช่วยเหลืออีกครั้ง โดยให้ช่วยเนรมิตไก่งามขึ้นตัวหนึ่งให้มีเสียงขันที่ไพเราะ ทั้งสองพระองค์คิดว่าไก่ตัวนั้นจะต้องทำให้พระลอสนพระทัยและติดตามาจนถึงเมืองสรองอย่างแน่นอน

และแล้วเหตุการณ์ก็เป็นไปตามที่เจ้าหญิงสองคาดไว้ พระลอได้ตามไก่เนรมิตไปจนถึงพระราชอุทยาน และได้พบกับเจ้าหญิงทั้งสองซึ่งกำลังทรงสำราญอยู่ ในทันทีที่ทั้งสามได้พบกันก็เกิดความรักใคร่กันในบัดดล และก็เป็นเวลาเดียวกับที่นายแก้วกับนายขวัญ ได้ตกหลุมรักของนางรื่นและนางโรย ผู้ซึ่งเปิดหัวใจต้อนรับชายหนุ่มทั้งสองโดยไม่รีรอเช่นกัน ปรากฏว่าพระลอและบ่าวคนสนิทของพระองค์ลักลอบเข้าไปอยู่ในพระตำหนักชั้นใน ซึ่งเป็นที่ประทับของเจ้าหญิงทั้งสอง

อย่างไรก็ตาม ความลับนี้ได้ถูกเปิดเผยเข้าจนได้ เมื่อข่าวได้ไปถึงพระกรรณของพระราชาจึงได้เสด็จ

มาไต่สวนในทันที และเมื่อพระลอกราบทูลให้ทรงทราบเรื่อง พระองค์ก็ทรงกริ้วเป็นยิ่งนัก แต่ก็ทรงเข้าพระทัยในความรักของคนทั้งสาม และทรงจัดพิธีอภิเษกสมรสให้ทั้งสามพระองค์ทันที

ด้วยการอ้างเอาพระราชโองการของพระราชโอรสของพระนางคือ ท้าวพระพิชัยวิษณุกร พระเจ้าย่าจึงสั่งให้ทหารล้อมพระลอและไพร่พลเอาไว้ ในขณะที่พระลอกับไพร่พลได้ต่อสู้เอาชีวิตรอด พระนางก็สั่งให้ทหารระดมยิงธนูเข้าใส่ ลูกธนูที่พุ่งเข้าหาพระองค์และไพร่พลประดุจดังห่าฝนก็ไม่ปาน จึงทำให้ไม่อาจจะต้านทานไว้ได้อีกต่อไป และเพื่อที่ปกป้องชีวิตของชายคนรักพระเพื่อนกับพระแพงจึงเข้าขวางโดยใช้ตัวเองเป็นโล่กำบังให้พระลอ ทั้งสามจึงต้องมาสิ้นพระชนม์ในอ้อมกอดซึ่งกันและกันท่ามกลางศพของบ่าวไพร่ ณ ที่ตรงนั้นเอง ทันใดนั้นทั้งสองเมืองก็ต้องตกอยู่ในความวิปโยคต่อการจากไปของทั้งสามพระองค์ผู้บูชาในรักแท้

คุณค่า

ลิลิตพระลอเป็นยอดในกระบวนกลอนลิลิตทั้งหลาย เป็นวรรณคดีที่มีอิทธิพลต่อวรรณคดีเรื่องอื่นๆ ดังนั้น ลิลิตพระลอนับว่าเป็นวรรณกรรมที่มีคุณค่าในหลายด้าน

ด้านอักษรศาสตร์ เป็นยอดแห่งวรรณคดีประเภทลิลิต ดีเด่นทั้งกระบวนความ การพรรณนาฉาก ตลอดจนการปลุกอารมณ์สะเทือนใจต่อชะตากรรมของตัวละคร

ด้านศาสนา เรื่องลิลิตพระลอได้ให้แง่คิดทางศาสนาเท่าที่เราทราบตั้งแต่สมัยสุโขทัยปีนต้นมาพุทธศาสนาถือว่าเป็นศาสนาที่สำคัญที่สุดและยังเป็นศาสนาที่ประชาชนนับถือมากที่สุด แต่ในเรื่องลิลิตพระลอนั้น ส่วนใหญ่ไม่ได้เป็นความเชื่อเกี่ยวกับพุทธศาสนาเท่านั้น คือได้สะท้อนให้เห็นถึงศาสนาและความเชื่อๆ เช่น เรื่องความไม่เที่ยงแท้แน่นอนของชีวิต ซึ่งเป็นของแน่ยิ่งกว่าแน่เสียอีก

ด้านการปกครอง เห็นได้ว่าการปกครองในสมัยนั้นต่างเมืองต่างก็เป็นอิสระเป็นใหญ่ไม่ขึ้นแก่กัน แต่สามารถมีสัมพันธไมตรีกันได้

ด้านประวัติศาสตร์ ทำให้ทราบความเป็นมาของเมืองสรวงและเมืองสรองอันได้แก่ลำปางและแพร่ ด้านวิถีชีวิตได้มองเห็นความเป็นอยู่ของคนไทยในสมัยนั้นที่ยังเชื่อในเรื่อง “ไสยศาสตร์”มีนับถือผีสางนางไม้ซึ่งในปัจจุบันยังมีอยู่

กาพย์มหาชาติ

กาพย์มหาชาติ เป็นการเล่าเรื่องมหาชาติหรือเรื่องมหาเวสสันดรชาดกนั่นเอง เป็นการแต่งแบบที่เรียกว่า ยกคาถา กล่าวคือ ยกคาถาภาษาบาลีขึ้นมาประโยคหนึ่ง แล้วแต่งภาษาไทยเล่า สลับไปเป็นช่วง ๆ จนจบ โดยใช้คำประพันธ์ที่เรียกว่าร่ายโบราณ หรือที่เรียกกันในสมัยนั้นว่า ร่ายมหาชาติ เนื่องจากเป็นร้อยกรองที่แต่งไว้สำ หรับการเทศน์เรื่องมหาชาตินั่นเอง แต่ละกัณฑ์ (ในกาพย์มหาชาติเรียกว่า บรรพ) มีความยาวไม่มาก

ผู้แต่ง สมเด็จพระเจ้าทรงธรรม ทรงพระนามเดิมว่า พระศรีศิลป์เป็นพระราชโอรสของสมเด็จพระเอกาทศรถก่อนได้ราชสมบัติผนวชอยู่วัดระฆัง ๘ พรรษา ได้สมณศักดิ์เป็นพระพิมลธรรม มีสมัครพรรคพวกมาก แย่งราชสมบัติแล้วปลงพระชนม์เจ้าฟ้าศรีเสาวภาคย์ ซึ่งเป็นพระอนุชาต่างพระมารดาได้ปราบดาภิเษกเป็นกษัตริย์ เมื่อ พ.ศ.๒๑๖๓ อยู่ในราชสมบัติ ๘ ปี

แต่งเพื่ออะไร ใช้เทศน์ให้อุบาสกอุบาสิกาฟัง

วรรณคดียุคกรุงศรีอยุธยาตอนกลาง

สมัยอยุธยาตอนกลางมีเหตุการวุ่นวายบ้างเพียงเล็กน้อยในเรื่องการแย่งชิงราชสมบัติ มีเพียงรัชสมัยสมเด็จพระนารายณ์มหาราชที่บ้านเมืองมีความสงบเรียบร้อยเป็นเวลานานถึง ๓๒ ปี อันเป็นยุคก่อให้เกิดวรรณคดีสำคัญหลายเรื่องด้วยกัน

วรรณคดีในสมัยนี้ขยายกว้างขวางขึ้นไปเป็นอันมาก นอกจากวรรณกรรมอันเกี่ยวกับศาสนา และวรรณกรรมสดุดีแล้ว วรรณกรรมอันเป็นพวกประณีตศิลป์ก็ได้บังเกิดขึ้นเป็นอันมาก วรรณคดีใหม่ๆ ได้เกิดขึ้นหลายชนิด เช่น กาพย์ห่อโคลง โคลงนิราศ ฯลฯ ส่วนเรื่องราวทางวรรณคดีมีโคลงพาลีสอนน้องโคลงทศรถสอนพระราม โคลงราชสวัสดิ์ เพลงยาวพยากรณ์กรุงศรีอยุธยาเสือโคคำฉันท์ สมุทรโฆษคำฉันท์ อนิรุทธ์คำฉันท์ โคลงเฉลิมพระเกียรติสมเด็จพระนารายณ์มหาราช โคลงนิราศนครสวรรค์คำฉันท์ดุษฎีสังเวยกล่อมช้าง พระราชพงศาวดารกรุงเก่า จินดามณี ฯลฯ

วรรณคดีในยุคนี้มีเรื่องสำคัญดังต่อไปนี้

- โคลงนิราศหริภุญชัย
- สมุทรโฆษคำฉันท์

- โคลงภาษิต ๓ เรื่อง ได้แก่ พาลีสอนน้อง ทศรถสอนพระราม และราชสวัสดิ์
- เพลงยาวพยากรณ์กรุงศรีอยุธยา
- โคลงเฉลิมพระเกียรติพระเจ้าปราสาททอง
- เสือโคคำฉันท์
- พระราชพงศาวดารกรุงเก่า ฉบับหลวงประเสริฐอักษรนิติ
- จินดามณี ของพระโหราธิบดี
- โคลงกาสรวลศรีปราชญ์ ของศรีปราชญ์
- อนิรุทธ์คำฉันท์ ของ ศรีปราชญ์
- โคลงอักษรสามหมู่ ของ พระศรีมโหสถ
- โคลงเฉลิมพระเกียรติสมเด็จพระนารายณ์มหาราช ของ พระศรีมหาโอสถ
- กาพย์ห่อโคลง ของ พระศรีมโหสถ
- โคลงของทวาทศมาส มีกวีร่วมกันแต่งสามคน คือ ขุนพรหมมนตรี ขุนศรีกวี
- ราชและขุนสารประเสริฐ
- คำฉันท์ดุษฎีสังเวยกล่อมช้าง ของขุนเทพกวี (พราหมณ์)
- ราชาพิลาปคำฉันท์ (ไม่ทราบผู้แต่ง)
- นิราศนครสวรรค์ ของพระศรีมโหสถ

ในหนังสือเล่มนี้แนะนำแต่บางเรื่องดังต่อไปนี้

🕮โคลงนิราศหริภุญชัย

โคลงนิราศหริภุญชัย เดิมแต่งเป็นโคลงไทยเหนือ ต่อมามีผู้ถอดเป็นโคลงสี่สุภาพ สันนิษฐานว่ามีผู้แต่งคนหนึ่ง อาจชื่อหนานเจา เพราะพระยาราชสัมภาราภร (เลื่อน สุรนันทน์) เขียนไว้ในฉบับคัดลอกว่า "น่าต้นโคลงหริภุญชัย เป็นนิราศไปไหว้พระสุเทพ หนานเจาแต่ง แปรตามโวหาร ความเห็น" แต่งไว้เป็นภาษาไทยเหนือ ต่อมามีผู้ถอดความออกเป็นภาษาไทยกลางอีกต่อหนึ่ง ผู้แต่งมีความมุ่งหมายเพื่อบรรยายความรู้สึกที่ต้องจากหญิงที่รักไปนมัสการพระธาตุหริภุญชัย ส่วนผู้ถอดโคลงนี้เป็นภาษาไทยกลางแต่ไม่ปรากฏชื่อคงมีความประสงค์เพื่อเฉลิมพระเกียรติกษัตริย์ผู้ยิ่งใหญ่องค์ใดองค์หนึ่ง

สมเด็จพระเจ้าบรมวงศ์เธอ กรมพระยาดำรงราชานุภาพ ทรงสันนิษฐานไว้ว่า อาจแต่งประมาณ พ.ศ. ๒๑๘๐ หรือก่อนหน้านั้นขึ้นไป ซึ่งเป็นระยะเวลาที่พระพุทธสิหิงค์ยังประดิษฐานอยู่ที่เชียงใหม่ราวรัชกาลสมเด็จพระเจ้าปราสาททอง และกวีทางใต้คงนำมาดัดแปลงราวรัชกาลสมเด็จพระนารายณ์มหาราช ศาสตราจารย์ประเสริฐ ณ นคร ได้ศึกษาโคลงเรื่องนี้ โดยเทียบกับต้นฉบับภาษาไทยเหนือที่เชียงใหม่และลงความเห็นว่าน่าจะแต่งขึ้นใน พ.ศ. ๒๐๖๐ ตรงกับรัชกาลสมเด็จพระรามาธิบดีที่ ๒ ซึ่งเป็นเวลาที่พระแก้วมรกตยังอยู่ที่เจดีย์หลวงเชียงใหม่ เนื่องจากนิราศเรื่องนี้กล่าวถึงพระแก้วมรกตด้วย

ผู้แต่ง สันนิษฐานว่า ผู้แต่งอาจชื่อ "ทิพ" หรือ "ศรีทิพย์" แต่งไว้เป็นภาษาไทยเหนือ ต่อมามีผู้ถอดออกมาเป็นภาษาไทยกลางอีกตอนหนึ่ง

แต่งเพื่ออะไร บันทึกการเดินทาง บันทึกเหตุการณ์

เนื้อเรื่องย่อ กล่าวถึงการเดินทางของผู้แต่ง ซึ่งเดินทางไปในขบวนเกวียนจากจังหวัดเชียงใหม่เพื่อไปไหว้พระธาตุหริภุญชัย กล่าวถึงสถานที่ต่างๆ ที่เดินทางผ่าน พร้อมกับบรรยายความทุกข์เนื่องจากอาลัยหญิงคนรัก การเดินทางผ่านวัดพระสิงห์ วัดทุงยู วัดสิริเกิด วัดผาเกียร วัดอูบแป้น ถึงสี่แยกกลางเวียงเชียงใหม่ ไหว้หอพญามังราย แวะวัดเจดีย์หลวง ไหว้พระอัสดารสซึ่งเป็นพระประธาน ไหว้พระแก้วมรกต ผ่านวัดฟอนสร้อยออกประตูเมืองเชียงใหม่ ผ่านวัดพันง้อม วัดกุฏีคำ วัดน่างรั้ว ผ่านประตูชั้นที่ ๒ ผ่านอุทยานถึงเวียงกุมกาม วัดกู่คำ ถึงปิงเก่าหัวฝาย ผ่านตลาดต้นไร หยุดพักนอน ๑ คืน ไปถึงเมืองลำพูน ไหว้พระธาตุ ชมสถานที่ตอนกลางคืน ดูการฟ้อนรำ การเล่นต่างๆ เช่น การแสดงไต่เชือก การแสดงไต่ดาบ ไปไหว้พระยืน กลับมาวัดพระธาตุหริภุญชัยอีก กล่าวคือเจ้านายเสด็จมาในงาน มีจุดดอกไม้ไฟ ผู้แต่งพักที่หริภุญชัย ๑ คืนแล้วลาพระธาตุกลับ

คุณค่า

โคลงนิราศเรื่องนี้มีลักษณะความเป็นต้นคิดให้แนวการแต่งนิราศแก่กวีต่อมา ด้วยลีลาแห่งการแต่งนิราศชั้นหลังคล้ายคลึงกับโคลงนิราศหริภุญไชยส่วนมากรสแห่งนิราศที่พรรณนาความรักความอาลัยที่มีต่อนาง คลุกเคล้ากับสถานที่ และเหตุการณ์ต่างๆ ที่ผู้แต่งได้ผ่านไป และพบเหตุ บางทีก็เทียบความรักของตนกับคู่รักที่มีในวรรณคดีอื่นๆ โคลงนิราศเรื่องนี้จึงนับว่า "เป็นโคลงนิราศเรื่องแรกๆ ในวรรณคดีไทยที่แต่งเป็นโคลงสี่สุภาพ" มีชื่อเสียงและยกย่องกันมาก

ประโยชน์ในการศึกษา เสียงทางภาคเหนือเปรียบเทียบกับภาคใต้ เพราะวรรณคดีเรื่องนี้มีภาษา

เหนือปนอยู่มาก

📖สมุทรโฆษคำฉันท์

สมุทรโฆษคำฉันท์เกิดขึ้นโดยพระราชประสงค์ของสมเด็จพระนารายณ์มหาราชรับสั่งให้พระมหาราชครูแต่งขึ้นเพื่อใช้เล่นหนังใหญ่ ในคราวเฉลิมพระเกียรติพระชนมพรรษาครบเบญจเพส เมื่อ พ.ศ.๒๐๕๙ พระมหาราชครูแต่งไม่ทันจบก็ถึงแก่อนิจกรรมเสียก่อนแต่งได้เพียง"พระเสด็จด้วยน้องลีลาศลุอาศรมอาสนเทพบุตรอันบล" เป็นตอนพระสมุทรโฆษและนางพินทุมดีเสด็จไปแก้บนพระนารายณ์มหาราชทรงพระราชนิพนธ์ต่อมาก็ไม่จบอีก ทรงเริ่มต้นตั้งแต่ "พิศพระกุฏีอา ศรมสถานตระการกล" และยุติลงเพียง "ตนกูตายก็จะตายผู้เดี่ยวใครจะดูแล โอ้แก้วกับตนกู ฤเห็น" ซึ่งเป็นคำคร่ำครวญของพิทยธรชื่อรณาภิมุข ที่บาดเจ็บเพราะถูกอาวุธของพิทธยาชื่อรณบุตร เรื่องนี้จึงค้างอยู่อีกครั้งหนึ่ง ส่วนในตอนจบเป็นพระราชนิพนธ์ของสมเด็จพระมหาสมณเจ้าฯ ทรงนิพนธ์เสร็จเมื่อ พ.ศ.๒๓๘๓ ตามคำอาราธนาของกรมหลวสงไกสรวิชิตและกรมหลวงวงศาธิราชสนิทเริ่มตั้งแต่ "พิทยาธรทุกข์ลำเค็ญครวญคร่ำร่ำเข็ญ บรู้กี่สำแสนศัลย์"

สมุทรโฆษคำฉันท์ เป็นวรรณคดีมรดกอีกเรื่องหนึ่งที่ได้รับการยกย่องจากวรรณคดีสโมสรว่าเป็น "ยอดแห่งคำประพันธ์ประเภทฉันท์" กวีเอกของไทย ๓ ท่านได้แต่งเรื่องนี้ เริ่มต้นด้วยพระมหาราชครูรับกระแสพระราชดำรัสจากสมเด็จพระนารายณ์มหาราชให้แต่งในรัชสมัยของพระองค์ (พ.ศ. ๒๑๙๙ - ๒๒๓๑) พระมหาราชครูแต่งตอนที่ ๑ และตอนที่ ๒ พอใกล้จะจบตอนที่ ๒ พระมหาราชครูได้ถึงแก่อนิจกรรม ดังนั้น สมเด็จพระนารายณ์มหาราชจึงทรงพระราชนิพนธ์ต่อ แต่ก็ยังไม่จบ ทิ้งไว้จนถึงสมัยรัตนโกสินทร์ สมเด็จพระมหาสมณเจ้า กรมสมเด็จพระปรมานุชิตชิโนรสทรงพระนิพนธ์ต่อจนจบเรื่องครบทั้ง ๔ ตอน เมื่อ พ.ศ. ๒๓๙๒ สมุทรโฆษคำฉันท์ มีจุดประสงค์แต่งขึ้นเพื่อใช้เป็นบทพากย์หนัง เนื้อเรื่องได้มาจากสมุทรโฆษชาดกในปัญญาสชาดก กล่าวถึงการผจญภัยที่สนุกสนานตื่นเต้นของพระสมุทรโฆษและนางพินทุมดีที่ได้พระขรรค์วิเศษพาเหาะไปเที่ยวยังที่ต่างๆได้ ครั้นพระขรรค์ถูกลักไป ทั้งสองก็ต้องพลัดพรากจากกันต่างผจญภัยต่อไปอีกจนสามารถกลับนครได้ เรื่องราวที่สนุกสนานตื่นเต้นนี้เหมาะสมกับการเล่นหนังให้คนทั่วไปชม

นอกจากนี้ จิตรกรไทยได้นำไปวาดภาพลงบนผนังโบสถ์ เช่น ที่พระอุโบสถวัดสุทัศนเทพวรารามและวัดดุสิตาราม กรุงเทพมหานคร เป็นต้น

ผู้แต่ง พระมหาราชครู สมเด็จพระนารายณ์มหาราช และสมเด็จพระมหาสมณเจ้า กรมพระปรมานุชิตชิโนรส

แต่งเพื่ออะไร แต่งขึ้นเพื่อใช้เป็นบทพากย์หนัง

เรื่องย่อ

พระพุทธเจ้าเสวยพระราชเป็นพระสมุทรโฆษ โอรสท้าวพินทุทัต กับนางเทพธิดาแห่งเมืองพรหมบุรี มีพระชายาทรงพระนามว่า นางสุรสุดา พระสมุทรโฆษตรัสลาพระบิดาพรพระมารดาและพระชายาเสด็จประพาสป่าเพื่อคล้องช้าง ขณะพระสมุทรโฆษประทับที่ต้นโพธิ์ ได้ตรัสสดุดีและขอพรเทพารักษ์ แล้วบรรทมหลับไป เทพรารักษ์ทรงพระเมตตาพาไปอุ้มสมนางพินทุมดี พระราชธิดาท้าวสีหนรคุปต์ กับนางกนกพดี แห่งรมยบุรี จวนสว่างจึงทรงนำกลับมาไว้ที่เดิม พระสมุทรโฆษกับนางพินทุมดีทรงครวญถึงกัน พอดีท้าวสีหนครุปต์ ทรงประกาศพิธีสยุมพรนางพิมทุมดี พระสมุทรโฆษจึงเสด็จเข้าเมืองรมยบุรี พระสมุทรโฆษทรงประลองศรมีชัยในพิธีสยุพร ได้อภิเษกสมรสกับนางพิมทุมดี วันหนึ่งพระสมุทรโฆษเสด็จประพาสสวน ทรงเมตตาพยาบาลรณาภิมุขซึ่งถูกรณบุตรพิทยาธรอีกตนหนึ่งทำร้ายบาดเจ็บเพราะแย่งนางนารีผลกัน และถูกชิงนางไป รณาภิมูขถวายพระขรรค์วิเศษเป็นการตอบแทน พระสมุทรโฆษทรงใช้พระขรรค์นั้นพานางทิมทุมดีเหาะเสด็จประพาสป่าหิมพานต์ ต่อมาพิทยาธรอีกตนหนึ่งลักพระขรรค์ไป พระสมุทรโฆษทรงพานางเสโจประพาส โดยพระบาทกลับเมือง ทรงข้ามแม่น้ำใหญ่โดยเกาะขอนไม้และเกิดพังกลางแม่น้ำ นางพิมทุมดีทรงขึ้นฝั่งได้ นางมณีเมฆขลาและพระอินทร์ช่วยให้พระสมุทรโฆษขึ้นฝั่งและให้พิทยาธรนำ พระขรรค์วิเศษมาคืน พระสมุทรโฆษทรงตามหานางพิมทุมดีจนพบ ทั้งสองพระองค์ได้เสด็จกลับเมือง และได้รับเวนราชสมบัติ

สมุทรโฆษคำฉันท์ได้รับการยกย่องจากวรรณคดีสโมสรในรัชกาลที่ ๖ ว่า เป็นยอดแห่งคำประพันธ์ประเภทฉันท์ ทั้งนี้นอกจากความไพเราะเพราะพริ้งของฉันท์แต่ละบทแล้ว ยังประกอบด้วยรสวรรณคดีครบถ้วน เช่น บทโคลงลานาง บทรำพันสวาท บทสังวาส บทรบ บทโศก บทชมบ้านเมือง บทชมธรรมชาติ บทชมกระบวนทัพ และแทรกคติธรรมไว้ด้วย เช่น ความรักอันมั่งคง ความเมตตากรุณา และความเพียร เป็นต้น สมุทรโฆษคำฉันท์มีประวัติความเป็นมาน่าอัศจรรย์นัก ที่ต้องใช้กวีแต่งต่อเนื่องกัน ๓ ท่าน และใช้เวลาถึง ๓ แผ่นดิน คือ ตั้งแต่กรุงศรีอยุธยา มาเสร็จลงสมัยกรุงรัตนโกสินทร์ กวีทั้งสามไม่ได้ร่วมแต่งพร้อมกัน แต่งต่อช่วงกัน แต่สามารถรักษาระดับรสกวีนิพนธ์ไว้เท่าเทียนและกลมกลืนกันไว้สนิท สมุทร

โฆษคำฉันท์ดำเนินเรื่องตามสมุทรโฆษชาดก ซึ่งเป็นชาดกทางพุทธศาสนาเรื่องหนึ่ง ในปัญญาสชาดก(ชาดก๕๐ เรื่อง) ตอนที่พระมหาราชครู และสมเด็จพระนารายณ์มหาราชทรงแต่งมีเรื่องแทรกผิดแผกไปจากชาดกบ้าง เช่น กำหนดให้พระสมุทรโฆษมีชายา คือ นางสุรสุดาอยู่ก่อนจึงไปหานางพิมทุมดี บทอุ้มสม และสงครามชิงนางพิมทุมดี เหตุการณ์กล่าวไม่ปรากฏในชาดก ส่วนที่สมเด็จพระมาสมณเจ้าฯ ทรงนิพนธ์เป็นไปตามชาดกอย่างใกล้ชิดในด้านภาษาเป็นที่เป็นของพระมหาสมณเจ้าฯ ใช้คำบาลีมากว่าคำสันสกฤต

ตัวอย่างคำประพันธ์

เยาวยอดยุพินทร์พิน	ทุมดีสุดาพงา
คืออัครชายา	ยุพเยศยโศธร
พระผู้บำเพ็ญโพธิ์	สมุทรโฆษธิเบศร
คือพุทธชินวร	วิสุทธิเทพเจษฎา
โผอนเอาตำนานเนิ่น	ดำเนิรธรรมเทศนา
บัญญัติบัญญาสชา	ดกเสร็จสมเด็จแสดง

โคลงภาษิต ๓ เรื่อง ได้แก่ พาลีสอนน้อง ทศรถสอนพระราม และราชสวัสดิ์

โคลงพาลีสอนน้อง

พาลีสอนน้อง พิจารณาจากสำนวนและภาษาที่ใช้จะใหม่กว่าลิลิตพระลอ และสมุทโฆษคำฉันท์ก็กล่าวว่า เป็นพระราชนิพนธ์ของพระองค์ เอาเค้ามูลมาจากรามเกียรติ์ คัมภีร์ของพราหมณ์บ้าง พุทธศาสนาบ้างผู้แต่ง สมเด็จพระนารายณ์ฯ

แต่งเพื่ออะไร เพื่ออบรมสั่งสอนข้าราชการ

เนื้อหาสาระ พาลีเจ้าเมืองขีดขิน เมื่อรู้ตัวว่าจะตายเกิดสำนึกผิด ได้เรียกสุครีพน้องร่วมมารดาและองคตลูกชายมาสั่งสอนข้อปฏิบัติตนในการเข้ารับราชการกับพระราม ข้อปฏิบัติต่างๆ ได้กล่าวไว้มากมาย เช่น ความจงรักภักดี ไม่เจ้าชู้กับนางใน การเข้าเฝ้าไม่ยักยอกของหลวง เป็นต้น

ตัวอย่างบางตอน

ไม่ยักยอกของหลวง
หนึ่งของกองโกศไว้ ในคลัง
อย่าคิดปิดแสวงหวัง อาจเอื้อม
เอาออกนอกคลังรัง แรงโทษ
อย่าได้มีใจเงื้อม เงื่อนร้ายสลายคุณ
กล่าวใดไว้วากย์เว้น สูงศักดิ์
ดั่งองค์ทรงจักรลักษณ์ ก่ายเกล้า
สื่อบุรีมิควรทัก สะเทือนโทษ
อย่าชิดสนิทเข้า พูดพร้องสนำเสนอ

คุณค่า เป็นหลักในการปฏิบัติตนของฝ่ายชาย เพื่อเข้าคู่กับกฤษณาสอนน้องคำฉันท์ ที่เป็นหลักการปฏิบัติตนของฝ่ายหญิง ดังที่จารึกติดไว้ในผนังด้านในศาลาหน้าพระเจดีย์หลังเหนือ บริเวณพระอุโบสถวัดพระเชตุพนฯ ตั้งแต่คราวปฏิสังขรณ์วัดระหว่าง พ.ศ. ๒๓๗๔-๒๓๗๗ สมัยรัชกาลที่ ๓

โคลงทศรถสอนพระราม

สันนิษฐานว่า พระนารายณ์ฯ ทรงพระราชนิพนธ์พร้อมกันคราวเดียว ๓ เรื่อง คือ โคลงพาลีสอนน้อง โคลงราชสวัสดิ์ และโคลงทศรถสอนพระราม ซึ่งโคลงทศรถสอนพระรามก็เอาเรื่องรามเกียรติ์มาเป็นมูลของเรื่อง

ผู้แต่ง สมเด็จพระนารายณ์ฯ

แต่งเพื่ออะไร สันนิษฐานว่า เพื่อเป็นพระบรมราโชวาทพระราชทานแก่รัชทายาท และแสดงพระราชจริยาวัตรของกษัตริย์

เนื้อหาสาระ เป็นเรื่องราวที่ท้าวทศรถ พระราชบิดาของพระรามให้โอวาทพระราม เมื่อทรงมอบบ้านเมืองให้ปกครอง เนื้อหาจึงสั่งสอนเรื่องการปฏิบัติตนที่เหมาะสม รู้จักให้ทาน ให้มีความเมตตา ยุติธรรม ดับอวิชชา ต่างๆ

ตัวอย่างบางตอน

สอนให้มีความเมตตา ยุติธรรม

ประเสริฐเลิศโลกล้น โลกา
จงจิตต์มิตรกรุณา แน่ไว้
เป็นต้นกลพฤกษา เสนอเมฆ
อายุตติธรรมนั้นให้ สัตว์ซ้องสุขเกษม

คุณค่า นอกจากเป็นการสั่งสอนแก่รัชทายาทแล้ว ยังเป็นหลักในการปฏิบัติตนของบุคคลโดยทั่วไปได้อีกด้วย

วรรณคดียุคกรุงศรีอยุธยาตอนปลาย

เมื่อสมเด็จพระนารายณ์มหาราชสวรรคตแล้ว บ้านเมืองไม่ค่อยมีเวลาสงบสุขสมเด็จพระเพทราชาซึ่งได้ขึ้นครองราชสมบัติโดยใช้กำลัง ก็ได้รักษาอำนาจของพระองค์ไว้ด้วยกำลังอาวุธอีกต่อมา ครั้นถึงรัชสมัยสมเด็จพระเจ้าเสือ บ้านเมืองยิ่งเกิดความระส่ำระสายภายในยิ่งขึ้น ส่วนในปลายรัชสมัยสมเด็จพระเจ้าอยู่หัวท้ายสระ ก็เกิดสงครามกลางเมืองซ้ำเติม โดยพระอนุชาของพระองค์กับพระโอรสแย่งราชสมบัติกัน ดังนั้นภายในพระราชสำนัก อันเป็นบ่อเกิดของวรรณคดี จึงเต็มไปด้วยเหตุร้ายต่างๆ ไม่มีเวลาว่างเว้นให้วรรณคดีเจริญได้ ตลอดเวลา ๔๔ ปี ตั้งแต่สมเด็จพระนรายณ์มหาราชสวรรคต (พ.ศ. ๒๒๓๑) จนถึงสมัยสมเด็จพระเจ้าอยู่หัวบรมโกศ (พ.ศ. ๒๒๗๕-๒๓๐๑) จึงไม่ปรากฏว่ามีวรรณคดีเรื่องอะไรเกิดขึ้น แม้ในรัชสมัยสมเด็จพระเจ้าอยู่หัวบรมโกศความระส่ำระสายก็ยังมีเกิดต่อเนื่องกันมา ความแตกร้าวภายในเชื้อพระวงศ์และอำมาตย์ข้าราชการซึ่งเกิดติดต่อกันมาร่วม ๘๐ ปีนั้น ในที่สุดก็ทำให้กรุงศรีอยุธยาต้องถูกทำลายลงอย่างน่าอนาถใน พ.ศ. ๒๓๑๐

สมัยนี้เริ่มปรากฏนาฏวรรณคดี กาพย์เห่เรือ กลอนกลบท คำฉันท์เชิงพรรณนา กวีเอกประจำสมัยนี้คือเจ้าฟ้าธรรมธิเบศร ซึ่งทำให้กาพย์ห่อโคลง และกาพย์เห่เรือ เป็นบทประพันธ์ที่มีชื่อเสียงในวรรณคดีไทย

วรรณคดีในยุคนี้มีเรื่องสำคัญดังต่อไปนี้

- โคลงชะลอพระพุทธไสยาสน์ พระราชนิพนธ์สมเด็จพระเจ้าเอกทัศ
- จินดามณี ฉบับพระเจ้าบรมโกศ

- บทละครเรื่องอิเหนาใหญ่หรือดาหลังพระนิพนธ์ในเจ้าฟ้าหญิงกุลฑล
- บทละครเรื่องอิเหนาเล็กหรืออิเหนาพระนิพนธ์ในเจ้าฟ้าหญิงมงกุฎ
- โคลงนิราศเจ้าอภัย พระนิพนธ์ในเจ้าฟ้าอภัย
- นันโทปนันทสูตรคาหลวง พระนิพนธ์ในเจ้าฟ้าธรรมธิเบศร
- พระมาลัยคำหลวง พระนิพนธ์ในเจ้าฟ้าธรรมธิเบศร
- บทเห่เรือ บทเห่เรื่องกากี บทเห่สังวาสและบทเห่ครวญพระนิพนธ์ในเจ้าฟ้าธรรมธิเบศร
- กาพย์ห่อโคลงนิราศธารทองแดง พระนิพนธ์ในเจ้าฟ้าธรรมธิเบศร
- กาพย์ห่อโคลงนิราศธารโศก พระนิพนธ์ในเจ้าฟ้าธรรมธิเบศร
- เพลงยาว พระนิพนธ์ในเจ้าฟ้าธรรมธิเบศร
- ปุณโณวาทคำฉันท์ ของพระมหานาค วัดท่าทราย
- โคลงนิราศพระพุทธบาท ของพระมหานาค วัดท่าทราย
- ศิริวิบุลกิตติ ของหลวงศรีปรีชา (เซ่ง)

คำศัพท์

กษัตริย์ 国王

พระนาม 名，名字

ร่ำลือ 谣言，流传

พระธิดา ［王］女儿

สังเกต 观察，注意

พระประสงค์ 意图

ขับซอ（西北方言）唱，唱歌

พรรณนา 描述

มนต์ 咒语

เสวย ［王］吃，食

พระมเหสี 王后

พระโอรส ［王］儿子

สารทิศ 四面八方，四方

เลอโฉม 貌美无比，姿容妩媚

ปรารถนา 愿望

อาสา 自愿

พร่ำ 反复的，不停的

หลงใหล 沉迷，迷醉

คลั่งไคล้ 疯狂，迷恋

พฤติกรรม 行为，举止

พฤติการณ์ 事情；事态

ประพาส ［王］旅游，游历

สำราญ 快活，安乐

รีรอ 犹豫，迟疑

ไต่สวน 询问，调查

อภิเษก 灌顶仪式

กำบัง 保护，庇佑

ทูลลา 拜别，告辞

เนรมิต（用法术）变，化

บัดดล 当时，忽然

ลักลอบ 私下，偷偷的

กริ้ว［王］生气，恼怒

โล่ 盾

วิปโยค 悲剧，痛苦

แบบฝึกหัด

ตอนที่ ๑ จงเลือกข้อที่ถูกต้องเพียงข้อเดียว

๑. เมืองแมนสรวงกับเมืองสรองมีความสัมพันเป็นอย่างไร

ก. เป็นเพื่อนบ้านใกล้ชิด
ข. เป็นศัตรูคู่อริไม่ถูกกัน
ค. เป็นคู่แข่งในด้านการค้า
ง. เป็นคู่แข่งในด้านการเกษตร

๒. พี่เลี้ยงพระเพื่อนและพระแพงใช้วิธีอะไร เพื่อช่วยนายของตนได้พบกับพระลอ

ก. สวดมนตร์
ข. ไปรับพระลอมาโดยตรง
ค. ส่งคนไปขับซอ
ง. ส่งพระเพื่อนและพระแพงไปเมืองแมนสรวง

๓. อยู่ริมแม่น้ำกาหลง เพื่อตรวจดูดวงชะตาของพระลอเอง พระองค์ได้ทำอะไร

ก. ดื่มน้ำของแม่น้ำกาหลง
ข. ตั้งอธิฐานเสี่ยงน้ำ
ค. ทำบุญเลี้ยงพระริมแม่น้ำกาหลง
ง. ข้ามแม่น้ำโดยตรง

๔. เพื่อช่วยพระเพื่อนพระแพงอีกครั้ง เจ้าสมิงพรายเนรมิตเป็นอะไร

ก. ควาย ข. หนู ค. เป็ด ง. ไก่

๕. ใครสั่งให้ทหารล้อมมวกพระละ

ก. พระเจ้าย่าของพระเพื่อนพระแพง
ข. พระราชินีของเมืองสรอง
ค. กษัตริย์ของเมืองสรอง
ง. กองทหารอาสาไป

ตอนที่ ๒ จงตอบคำถามต่อไปนี้ตามเนื้อเรื่อง

๑.ในเรื่องลิลิตพระลอ นอกจากมีความรักระหว่างพระลอ พระแพงและพระเพื่อน คุณยังได้เห็นความรักอย่างอื่นอะไรบ้าง

๒. เรื่องลิลิตพระลอให้คุณมีความคิดบททวนอื่นอะไรบ้าง

บรรณนุกรม

[1] 段立生 . 泰国通史 [M]. 上海：上海社会科学院出版社，2014.

[2][俄] 弗 · 科尔涅夫 . 泰国文学简史 [M]. 高长荣，译 . 北京：外国文学出版社，1981.

[3] 贺圣达 . 东南亚文化发展史 [M]. 昆明：云南人民出版社，2011.

[4] 金勇 . 泰国民间文学 [M]. 银川：宁夏人民教育出版社，2011.

[5] 李健 . 泰国文学沉思录 [M]. 北京：世界图书出版公司，2007.

[6] 裴晓瑞，熊燃 . 帕罗赋 [M]. 北京：北京大学出版社，2013.

[7] 郁龙余 . 东方文学史 [M]. 银川：宁夏人民出版社，2001.

[8] 尹湘玲 . 东南亚文学史概论 [M]. 北京：世界图书出版公司，2011.

[9] 张玉安，裴晓瑞 . 印度的罗摩故事与东南亚文学 [M]. 北京：昆仑出版社，2005.

[10] เอกรัตน์ อุดมพร.วรรณคดีสมัยอยุทยา[M].กรุงเทพฯ: สำนักพิมพ์พัฒนาศึกษา, 2554.

[11] สุกัญญา สุจฉายา.วรรณคดีนิทานไทย[M].กรุงเทพฯ: สำนักพิมพ์จุฬาลงกรณ์มหาวิทยาลัย, 2557.

[12] ส.พลายน้อย.นิทานวรรณคดี[M].กรุงเทพฯ: บริษัทเยลโล่การพิมพ์, 2554.

[13] ศิลปากร, กรม. วรรณคดีสมัยอยุธยา เล่ม 2[M]. กรุงเทพฯ : กรมศิลปากร, 2530.

บทที่ ๔ วรรณคดีสมัยกรุงธนบุรี

公元 1767 年，缅军攻下大城王朝的都城，历经了 417 年的大城王朝宣告结束。在民族存亡之际，是郑信拯救了国家，他便是后来的郑王，是吞武里王朝的开国君主。

吞武里王朝（1767—1782）的郑王在致力于平定内乱、抵御外患的同时，着手整理泰国文学，亲自创作了 4 段《拉玛坚》舞剧剧本。

这一时期出现的重要文学作品有《拉玛坚》舞剧剧本、《律律佩蒙固》、《伊瑙堪禅》、《格莎娜训妹》、《吞武里王颂》等。此外还有一部《广东记行诗》，用诗词形式记录了郑王于 1771 年派遣使节出使中国一事。

วรรณคดีสมัยกรุงธนบุรีมีเรื่องดังต่อไปนี้

ลิลิตเพชรมงกฎ

ลิลิตเพชรมงกุฎ เป็นลิลิตที่แต่งขึ้น โดยอาศัยวรรณคดีอินเดียภาคภาษาสันสกฤตเรื่องเวตาลปัญจวีสติ ซึ่งแต่งโดย ศวิทาส

ผู้แต่ง หลวงสรวิชิต (หน) หรือชื่อที่พวกเราคุ้นหูคุ้นตากันนักหนาในฐานะผู้แปลเรื่องสามก๊ก คือเจ้าพระยาคลัง (หน) ท่านผู้นี้เป็นกวีมีชื่อเสียงมีชื่อเดิมว่า หน เป็นบุตรชายของเจ้าพระยาบดินทร์สุรินทร์ภาชัย (บุญมี) กับท่านผู้หญิงเจริญ เข้ารับราชการในสมัยกรุงธนบุรีได้บรรดาศักดิ์เป็นหลวงสรวิชิต เป็นนายด่านเมืองอุทัยธานี ซึ่งอยู่ในบังคับบัญชาของเจ้าพระยาจักรี (ต่อมาคือสมเด็จพระพุทธยอดฟ้าจุฬาโลกมหาราช) อยู่รับราชการเรื่อยมาจนกรุงรัตนโกสินทร์เป็นผู้มีความดีมีความสัตย์ ในรัชสมัยของพระบาทสมเด็จพระพุทธยอดฟ้าจุฬาโลกมหาราชจึงได้รับการเลื่อนบรรดาศักดิ์เป็นพระยาพิพัฒน์โกศา และเป็นเจ้าพระยาคลังเสนาบดีจตุสดมภ์ กรมท่า ทำหน้าที่ควบคุมกิจการหัวเมืองชายทะเล ท่านถึงแก่อสัญกรรม เมื่อพ.ศ.๒๓๔๘

แต่งเพื่ออะไร เพื่อถวายแด่พระราชโอรสในสมเด็จพระเจ้ากรุงธนบุรี

สาระสำคัญ

เริ่มด้วยการนมัสการนอบน้อมต่อพระอิศวรและไหว้พระมหากษัตริย์แล้วบอกว่าเรื่องนี้นำมาจากนิทานเวตาล

ดำเนินเรื่องว่าพระเพชรมงกุฎเป็นพระราชโอรสของพระเจ้ารัตนนฤเบศร กษัตริย์เมืองศรีบุรี และพระนางประภาพักตร์ พระราชกุมารเพชรมงกุฎนี้ทรงมีพระสิริโฉมงามยิ่งนัก

วันหนึ่ง พระราชกุมารเพชรมงกุฎเสด็จประพาสป่ากับพุฒศรีพี่เลี้ยงทั้งสองตามกวางเผือกเข้าไปในป่าลึกจนหลงทางออกไม่ได้ พวกไพร่พลตามเสด็จไม่ทัน และที่ท่ามกลางป่านั้น พระราชกุมารได้ทรงเห็นภริยาของชายคนหนึ่ง ทรงพอพระทัยยิ่งนัก พุฒศรีคัดค้านมิให้พระราชกุมารกระทำอย่างนั้น พระราชกุมารไม่ยอมฟังเสียง ทรงบอกให้พี่เลี้ยงล่อลวงหญิงนั้นมาเป็นภริยาของพระองค์ให้จงได้จนได้เสียกัน

จากนั้นได้เสด็จต่อไปยังเมืองกรรณบุรี ได้ทอดพระเนตรเห็นพระนางปทุมดีพระราชธิดาของพระเจ้ากรุงกรรณบุรี พระธิดาปทุมดีได้แกล้งทำปริศนาให้พระราชกุมารทายว่าพระนางเป็นใครพุฒศรีพระพี่เลี้ยงก็แก้ปริศนาให้ได้ทุกครั้งไป ในที่สุดพระราชกุมารได้เข้าไปถึงปราสาทได้พระธิดาเป็นชายาต่อมาพระพี่เลี้ยงผู้แสนดีคนนี้ได้ออกอุบายให้พระราชกุมารเพชรมงกุฎสามารถพาพระธิดากลับไปยังบ้านเมืองของพระองค์ได้

เรื่องลิลิตเพชรมงกุฎแบ่งได้เป็น ๓ ตอนดังนี้

-นมัสการพระอิศวรและไหว้พระมหากษัตริย์ตลอดจนบอกที่มาของเรื่องนี้ว่ามาจากนิทานเวตาล

-ชมพระราชกุมารเพชรมงกุฎ

-พระราชกุมารเพชรมงกุฎเสด็จประพาสป่า

คุณค่า

ด้านวรรณคดี เป็นบทประพันธ์ประเภทลิลิตที่แต่งได้ดีพอสมควร เป็นบทกวีที่มีความงดงามสำนวนโวหารราบเรียบ บางตอนมีท่วงทำนองของลิลิตพระลออยู่เสมือนกัน แต่ไม่แพร่หลายและยังไม่เทียมเท่าลิลิตพระลอ ทั้งไม่เทียมเท่าลิลิตยวนพ่ายและลิลิตตะเลงพ่าย

ด้านพระพุทธศาสนา ได้แสดงคติธรรมให้รู้จักระงับดับกิเลสตัณหาเสียบ้าง อย่าปล่อยให้กิเลสมันหมุนหัวจนหัวหมุน เป็นต้น

📖อิเหนาคำฉันท์

อิเหนาคำฉันท์เป็นกวีที่ได้แต่งขึ้นเมื่อพ.ศ. ๒๓๒๒ เคยมีการตีพิมพ์ให้ได้อ่านกันในครั้งแรกในสมัยรัชกาลที่ ๕ แห่งกรุงรัตนโกสินทร์

ผู้แต่ง หลวงสรวิชิต (หน) หรือ เจ้าพระยาคลัง (หน) ในเวลาต่อมา

แต่งเพื่ออะไร เพื่อแสดงฝีปากในการแต่งฉันท์

สาระสำคัญ เป็นเรื่องที่ได้เลือกคัดตัดตอนมาจากเรื่องอิเหนา เริ่มเรื่องตั้งแต่อิเหนาเผาเมืองดาหาแล้วปลอมตัวเป็นจรกาไปลักพานางบุษบาซ่อนไว้ในถ้ำ ฝ่ายจรกาตามหาจนพบอิเหนาอิเหนากลบเกลื่อนว่าไม่ได้ลักพานางบุษบามา จนจรกาหลงเชื่อตาม เพราะอิเหนาได้แกล้งทำเป็นโศกเศร้าถึงนางบุษบาอย่างน่าสงสาร

อิเหนาคำฉันท์แบ่งเนื้อเรื่องได้เป็น ๓ ตอนดังต่อไปนี้

- อิเหนาปลอบใจบุษบา
- อิเหนากล่อมบุษบา
- อิเหนานอนกอดบุษบาแล้วหลับฝันร้าย

คุณค่า

ด้านอักษรศาสตร์ เป็นฉันท์ที่มีความไพเราะคมคายเล่มหนึ่ง โดยเฉพาะอย่างยิ่งในกระบวนการพรรณนา ที่ควรศึกษาค้นคว้าหาไว้อ่านกัน

ด้านสังคม ได้แสดงให้เห็นผู้คนในสังคมที่มีวิถีทางในการเป็นอยู่รวมกลุ่มกันเป็นสังคม

📖โคลงยอพระเกียรติพระเจ้ากรุงธนบุรี

โคลงยอพระเกียรติพระเจ้ากรุงธนบุรี เป็นวรรณคดีประเภทสรรเสริญหรือเฉลิมพระเกียรติพระเจ้าแผ่นดินเพียงเรื่องเดียว แต่งขึ้นเมื่อปี พ.ศ. ๒๓๑๔

ผู้แต่ง นายสวน มหาดเล็ก (เป็นมหาเล็ก มิใช่นามสกุล)ประวัตินักกวีท่านนี้ไม่ทราบชัดทราบแต่ว่าท่านรับราชการเป็นมหาดเล็กอยู่ในสมัยพระเจ้ากรุงธนบุรีหรือพระเจ้าตากสินมหาราช

แต่งเพื่ออะไร เพื่อเชิดชูพระเกียรติสมเด็จพระเจ้ากรุงธนบุรี

สาระสำคัญ เริ่มด้วยบอกชื่อผู้แต่งเป็นปฐมบท บอกเวลาที่แต่ง บอกจุดมุ่งหมายในการแต่ง จากนั้นก็

พรรณนาถึงบ้านเมือง ชมปราสาทราชวัง ชมโรงช้างโรงม้า ท้องพระคลัง นางสนมกำนัลใน ความสุขของประชาชน จบลงตรงขอพรสิ่งศักดิ์สิทธิ์ให้ช่วยคุ้มครองป้องกันรักษาพระเจ้ากรุงธนบุรีไว้ให้ดีด้วย

โคลงยอพระเกียรติพระเจ้ากรุงธนบุรี แบ่งเนื้อเรื่องได้เป็น ๕ ตอนดังต่อไปนี้

- ชื่อผู้แต่งและจุดมุ่งหมายในการแต่ง
- พรรณนาพระมหากรุณาธิคุณของสมเด็จพระเจ้ากรุงธนบุรี
- ชมเมือง ชมปราสาทราชวัง ชมโรงต่างๆ ตลอดจนพระสนม
- เฉลิมพระเกียรติพระเจ้ากรุงธนบุรี
- ขอพร

คุณค่า

ด้านวรรณคด ได้รับยกย่องว่าเป็นเรื่องที่แต่งดีเรื่องหนึ่ง สำนวนโวหารไพเราะราบเรียบ ไม่ใช้คำศัพท์ยาก ไม่มีบทโลดโผน บรรยายได้ละเอียดลออ

ด้านโบราณคดี พระเจ้าอยู่หัวรัชกาลที่ ๕ ทรางกล่าวว่ามีคุณค่าในทางวรรณคดีเพราะทำให้ทราบถึงรายละเอียดต่างๆ ทางโบราณคดีในสมัยพระเจ้ากรุงธนบุรีที่ไม่เคยเอ่ยอ้างที่ไหนมาก่อน

ด้านประวัติศาสตร์ ทำให้ได้ทราบประวัติความเป็นมาของการสร้างเมืองสร้างอะไรต่อมิอะไรต่างๆ เช่น โรงช้าง โรงม้า ท้องพระคลัง เป็นต้นในสมัยธนบุรี

กฤษณาสอนน้องคำฉันท์

กฤษณาสอนน้องคำฉันท์ แต่งขึ้นโดยอาศัยเค้าโครงจากเรื่อง มหาภารตะของประเทศอินเดีย แต่งขึ้นระหว่าง พ.ศ ๒๓๑๒ - ๒๓๑๙

ผู้แต่ง พระภิกษุอินและพระยาราชสุภาวดี

พระภิกษุอิน เป็นชาวนครศรีธรรมราช มีชีวิตอยู่ในสมัยพระเจ้ากรุงธนบุรี ประวัติของท่านมีแค่นี้

พระยาราชสุภาวดี เป็นผู้ช่วยราชการเมืองนครศรีธรรมราชโดยไปอยู่ช่วยราชการพระเจ้าหลานเธอเจ้านราสุริยวงศ์ พระเจ้าหลานเธอในพระเจ้ากรุงธนบุรี

แต่งเพื่ออะไร เพื่อเป็นสุภาษิตสอนเกี่ยวกับการครองเรือน

สาระสำคัญเริ่มต้นเป็นการนอบน้อมพระรัตนตรัยจากนั้นก็กล่าวถึงพระเจ้าพรหมทัตแห่งกรุงพาราณ

สี พระองค์มีพระราชธิดา ๒ องค์ คือพระนางกฤษณาและพระนางจิรประภา พระนางกฤษณาและพระนางจิรประภา

พระนางกฤษณามีพระภัสดา ๕ พระองค์ พระนางทรงสามารถในการปรนนิบัติพระภัสดาได้อย่างไม่มีที่ตำหนิติเตียน ส่วนพระนางจิรประภามีพระภัสดาเพียง ๑ องค์ แต่ไม่สามารถปรนนิบัติรับใช้ให้อยู่เป็นสุขรำราญได้ พระนางจิรประภาจึงมาถามพระนางกฤษณาถึงวิธีการพระนางกฤษณาก็ได้สอนวิธีปฏิบัติต่อสามีให้ฟังจนหมดเปลือก พระนางจิรประภานำไปทดลองดู ปรากฏว่าได้ผลดี ภัสดามีความสุขสำราญและรักตนเองมากขึ้น ทำให้ชีวิตการครองเรือนมีความสุขตลอดมา

กฤษณาสอนน้องคำฉันท์แบ่งเนื้อเรื่องได้เป็น ๔ ตอนดังต่อไปนี้

- นอบน้อมพระรัตนตรัย
- กล่าวถึงพระเจ้าพรหมทัตและพระธิดาสองพระองค์
- กล่าวถึงอัธยาศัยในการปฏิบัติต่อสามีของนางกฤษณาและนางจิรประภา
- นางกฤษณาสอนน้องเกี่ยวกับการปฏิบัตสามีอย่างถูกต้อง ซึ่งถือเป็นสุภาษิตสอนหญิงได้อย่างดีทีเดียว

คุณค่า

ด้านวรรณคดี มีสำนวนโวหารพอใช้ได้ ไพเราะพอควรแต่ไม่ค่อยแพร่หลาย เพราะถูกอิทธิพลของกฤษณาคำฉันท์ฉบับใหม่ของสมเด็จพระมหาสมณเจ้า กรมพระปรมานุชิตชิโนรสที่เหนือกว่ากลบเกลื่อนไป

ด้านคติธรรมคำสอน กฤษณาคำฉันท์ได้ให้คำสั่งสอนที่ดีของหญิงที่ควรปฏิบัตต่อสามี ซึ่งสามารถนำไปประยุกต์ปฏิบัตใช้ได้อย่างไม่ยากเลย

ด้านวัฒนธรรม คนไทยถือมาก ถืออย่างสำคัญเกี่ยวกับปฏิบัตต่อกันระหว่างสามีภริยาซึ่งจะต้องปฏิบัตให้ถูกกับเรื่องจึงจะเกิดประโยชน์สุขในการครองเรือนอย่างแท้จริง

นิราศกวางตุ้ง

นิราศกวางตุ้ง แต่งเมื่อปีพ.ศ. ๒๓๒๔ เมื่อคราวไปเจริญสัมพันธไมตรีกับประเทศจีน ในตอนปลายรัชสมัยของพระเจ้ากรุงธนบุรี

ผู้แต่ง พระยามหานุภาพ (อ้น เมื่อพ.ศ. ๒๓๒๔ ได้เดินทางไปกับคณะทูตเพื่อเจริญพระราชไมตรีกับประเทศจีน ที่กรุงปักกิ่งพระเจ้ากรุงจีนในสมัยนั้น คือ พระเจ้าเคียนหลง ประวัติของท่านพระยามหานุภาพ

มีเพียงแค่นี้

แต่งเพื่ออะไร เพื่อบันทึกการเดินทางไปเจริญสัมพันธไมตรีกับประเทศจีน

สาระสำคัญ เป็นเรื่องราวที่ได้พบเห็นและประทับใจระหว่างการเดินทางโดยทางเรือ การได้พบเห็นสิ่งที่ไม่เคยพบทำให้เกิดความแปลกตาแปลกใจ ตลอดจนถึงการได้รับการต้อนรับด้วยไมตรีจิตอันดียิ่งทำให้เกิดความประทับใจไม่รู้ลืม

คุณค่า

ด้านวรรณคดี สำนวนโวหารเรียบง่าย ไพเราะพอควร

ด้านประวัติศาสตร์ ได้บันทึกประวัติทางการทูตกับประเทศจีนไว้

ด้านวิถีชีวิต จะเห็นวิถีชีวิตคนจีนสมัยนั้น

🕮 เพลงยาว

เพลงยาวบทนี้เป็นของกวีที่มีฝีปากในการกวีอย่างดีทีเดียว

ผู้แต่ง พระยามหานุภาพ

แต่งเพื่ออะไร เพื่อใช้เป็นสุภาษิตสอนหญิง

สาระสำคัญ เป็นเรื่องเกี่ยวกับความรักที่สตรีควรจะมีศิลปะในการครองรัก ชีวิตคู่จะได้มีความสุข

คุณค่า

ด้านวรรณคดี สำนวนโวหารมีความไพเราะพอควร ไม่ถึงกับดีนัก และไม่ทรามเกินไป

ด้านคติธรรม ช่วยให้คติธรรมคำสั่งสอนเกี่ยวกับสตรีในด้านความรัก การครองเรือนให้อยู่เย็นเป็นสุข

🕮 ปาจิตตกุมารกลอนอ่าน

ปาจิตตกุมารกลอนอ่าน เป็นวรรณคดีที่ทางกองวรรณคดีและประวัติศาสตร์แห่งกรมศิลปากรได้จัดพิมพ์ขึ้นเมื่อ พ.ศ. ๒๕๓๓ ต้นฉบับเดิมเป็นฉบับตัวเขียนมีจำนวน ๕ เล่มสมุดไทย เก็บรักษาอยู่ที่ฝ่ายบริการหนังสือตัวเขียนและจารึกกองหอสมุดแห่งชาติ

ผู้แต่ง ไม่ปรากฏนาม

สาระสำคัญ

เล่มที่ ๑ เริ่มแรกเป็นการกล่าวนมัสการพระรัตนตรัย ได้แก่ พระพุทธ พระธรรม พระสงฆ์ จากนั้นก็ไหว้บิดามารดา ไหว้เทพเจ้าต่างๆ มีพระอินทร์ พระนารายณ์ พระพรหม พระพาย และพระพิรุณ เป็นต้น ไหว้พระมหากษัตริย์ครูอุปชฌาย์อาจารย์ จากนั้นก็กล่าวถึงประวัติปาจิตตกุมาร เรื่องราวดำเนินไปจนถึงพระปาจิตอำลานางอรพิม เพื่อกลับไปยังนครทม เพื่อเตรียมยกขบวนขันหมากมาสู่ขอนาง

เล่มที่ ๒ เนื้อความไม่ปะติดปะต่อกับเรื่องที่ ๑ เพราะต่างสำนวนกัน ไม่อาจจะเปรียบเทียบกับเนื้อความที่หายไปได้ในเล่มนี้เป็นเรื่องของความฝันของพระปาจิตตกุมารให้โหรทำนายทายทักว่าจะเป็นอย่างไร แล้วสั่งอำมาตย์ไปสืบข่าวคราวของนางอรพิม ตอนท้ายนายพรานได้ยิงพระปาจิตจนสิ้นชีวิตและพานางอรพิมไป

เล่มที่ ๓ เนื้อความต่อกับเล่มที่ ๒ กล่าวถึงนางอรพิมถูกนายพรานพาตัวไป นางอรพิมคิดหาอุบายฆ่านายพรานตาย แล้วรีบมาที่พระศพพระปาจิตตกุมารพ่นยาที่พระอินทร์บอกมาให้ช่วยพระปาจิตต ฟื้นคืนชีวิตดังเดิม

เล่มที่ ๔ เนื้อความต่อกับเล่มที่ ๓ กล่าวถึงสมเด็จพระสังฆราชอ่านสารหรือจดหมายแล้วจึงตอบจดหมายนางอรพิม สุดท้ายพระปาจิตตกุมารพานางอรพิมออกจากนครจัมปาก

เล่มที่ ๕ เนื้อความไม่ต่อกับเล่มที่ ๔ เนื้อหาขาดตอนไปตั้งแต่พระปาจิตตกุมารชมดาวระหว่างเดินทางไปเมืองพาราณสีแล้วสั่งสร้างเมรุ เนื้อความในเล่มที่ ๕ ที่มีอยู่กล่าวถึงไพร่พลของพระปาจิตตกุมารสร้างเมรุถวายพระเพลิง พระเจ้าพรหมทัต ณ เมืองพาราณสี ตอนท้ายเป็นการประชุมชาดกว่าใครในอดีตชาติได้เป็นใครในปัจจุบันชาติ จบเรื่องมีการบอกถึงวันเดือนปีที่แต่งเสร็จ กล่าวถึงคำอธิษฐานของผู้แต่งในตอนท้ายได้มีนิทานสุภาษิต เรื่องพระโพธิสัตว์โกสามภิน

📖บทละครเรื่องรามเกียรติ์

รามเกียรติ์ เป็นวรรณคดีที่มีชื่อเสียงอย่างกว้างขวางในสังคมไทย ใครไม่รู้จักเรื่องรามเกียรติ์ คงจะไม่มี เพราะทุกคนต้องได้เรียนเรื่องรามเกียรติ์เหมือนกัน

ผู้แต่งรามเกียรติ์ฉบับเดิมเป็นภาษาสันสกฤต เป็นวรรณกรรมอินเดีย เรียกกันว่า “คัมภีร์ รามยณะ” ฤาษีวาลมิกิเป็นผู้แต่ง เชื่อกันในพวกชาวฮินดูว่า เรื่องรามเกียรติ์เป็นเรื่องจริง ผู้ใดได้อ่านคัมภีร์นี้เท่ากับว่า

ได้ล้างบาปไปแล้วหมดสิ้น และจะเจริญด้วยพร ๔ ประการ คือ อายุ วรรณะ สุขะ พละ ตายแล้วจะได้ขึ้นสวรรค์

ส่วนรามเกียรติ์ฉบับภาษาไทย มีทั้งหมด ๗ ฉบับด้วยกันคือ

๑. รามเกียรติ์บทพากย์ครั้งกรุงเก่า (เชื่อกันว่าพระบาทสมเด็จพระพุทธเลิศหล้านภาลัย พระเจ้าอยู่หัวรัชกาลที่ ๒ แห่งกรุงรัตนโกสินทร์ ทรงนำเอาตอนนางลอยของกรุงเก่ามาพระราชนิพนธ์ใหม่)

๒. รามเกียรติ์บทละครความครั้งกรุงเก่า (ตั้งแต่ตอนพระรามได้ประชุมกำลังพลจนถึงเรื่ององคตสื่อสาร)

๓. รามเกียรติ์บทละครของสมเด็จพระเจ้าตากสินมหาราช (มีทั้งหมด ๔ ตอน)

๔. รามเกียรติ์บทละครของพระบาทสมเด็จพระพุทธยอดฟ้าจุฬาโลกมหาราช (มีตั้งแต่ต้นจนจบเรื่อง)

๕. รามเกียรติ์บทละครของพระบาทสมเด็จพระพุทธเลิศหล้านภาลัย (ไม่ตลอดเรื่อง)

๖. รามเกียรติ์บทละครของพระบาทสมเด็จพระจอมเกล้าเจ้าอยู่หัว (ตอนพระรามเดินดง)

๗. รามเกียรติ์บทละครของพระบาทสมเด็จพระมงกุฎเกล้าเจ้าอยู่หัว (มีบางตอน)

รามเกียรติ์บทละครของสมเด็จพระเจ้าตากสินมหาราช มี ๔ ตอนคือ

๑. ตอนพระมงกุฎประลองศร

๒.ตอนหนุมานเกี้ยวนางวานริน

๓.ตอนท้าวมาลีวราชว่าความ

๔.ตอนทศกัณฐ์ตั้งพิธีทรายกรด

แต่งเพื่ออะไร

๑. เพื่อรักษาเรื่องรามเกียรติ์ไว้มิให้สูญหาย

๒. เพื่อใช้เป็นบทละคร

๓. เพื่ออบรมจิตใจประชาชนให้รักเกียรติ รักบ้านเมือง

สาระสำคัญ

แบ่งออกเป็น ๔ ตอน คือ

๑.ตอนพระมงกุฎประลองศร กล่าวถึง นางสีดาอาศัยอยู่กับฤาษีวาลมิกิ คลอดโอรสองค์หนึ่งพระนามว่า พระมงกุฎ พระฤาษีชุบพระลบให้เป็นเพื่อนกับพระมงกุฎ ฤาษีสอนวิชาพระเวท และชุบศรให้เป็นอาวุของพระมงกุฎ พระมงกุฎและพระลบได้เล่นประลองศรยิงต้นรัง ต้นรังใหญ่ล้มลงเสียงดังกึกก้อง พระราม

ได้ยินเสียงจึงกระทำพิธีอัศวเมธปล่อยม้าอุปการ พระมงกุฎและพระลบจับม้าไว้ได้ หนุมานรบกับพระมงกุฎ หนุมานพ่ายแพ้เสียทีพระมงกุฎ พระภรตเข้าช่วยหนุมาน และสามารถจับพระมงกุฎได้นำมาถวายพระราม เพื่อจะลงโทษ แต่พระลบออกมาช่วยพระมงกุฎและพาหนีไปได้ พระรามยกทัพออกติดตามจนได้รบกัน สุดท้ายได้ทราบว่า มิใช่ใครที่ไหนเลยที่แท้ก็พ่อลูกกัน แล้วจะรบกันไปทำไม

๔. ตอนทศกัณฐ์ตั้งพิธีทรายกรด กล่าวถึงทศกัณฐ์ทาพิธีปลุกเสกหอกกบิลพัทที่เชิงเขาพระสุเมรุ และเผารูปเทวดาที่หาดทรายกรด เพราะเคืองแค้นเทวดาที่ตัดสินให้เป็นประโยชน์แก่เทวดา พระอิศวรให้เทวดามาทาลายพิธีนั้นเสีย ทศกัณฐ์ไม่พอใจที่พิเภกบอกความลับแก่พระราม จึงยกทัพออกมารบหมายฆ่าพิเภก พระรามและพระลักษมณ์ยกทัพมาสู้ พระลักษมณ์ถูกหอกกบิลพัทถึงกับสลบไปพิเภกทูลพระรามให้หนุมานไปเอายาสังกรนีตรีชวาผสมกับมูลโคของพระอิศวรแล้วไปเอาแม่หินบดยาที่เมืองนาค และไปเอาลูกหินที่เมืองลงกา หนุมานเข้าเมืองลงกาได้ก็ด้วยการสะกดเข้าไป จนสามารถเอาลูกหินที่เป็นหมอนของทศกัณฐ์ได้ ก่อนกลับยังได้แกล้งเอาผมของทศกัณฐ์กับผมของนางมณโฑผูกติดกันไว้ และสาปแช่งไว้ว่า ถ้าต้องการให้หลุดจากกัน ทศกัณฐ์ต้องยอมให้นางมณโฑชกศีรษะสามที ผมของทั้งสองฝ่ายจึงหลุดจากกัน แต่ในที่สุดพระฤาษีโคบุตรได้มาช่วยแก้มัดผมให้

คุณค่า

ด้านวรรณคดี สำนวนโวหารเหมาะแก่เรื่องราว แม้จะไม่ถึงกับดีไปทั้งหมดด้วยไม่มีเวลาสำหรับขัดเกลา แต่หลายต่อหลายตอนมีความไพเราะไม่น้อยเลย สิ่งที่แฝงอยู่ในวรรณคดีคือ ความเป็นผู้มีอารมณ์ขันและความเป็นผู้ใฝ่ธรรมของพระเจ้ากรุงธนบุรี

ด้านพระพุทธศาสนา ด้วยพระเจ้ากรุงธนบุรีทรงฝักใฝ่ในพระธรรมเป็นอย่างมาก ดังนั้นในเรื่องจึงมีการสอดแทรกคำสอนในทางพระพุทธศาสนาอยู่ด้วย อย่างเช่นตอนที่พระฤาษีโคบุตรทำการสั่งสอนทศกัณฐ์ให้เป็นศีลธรรมจรรยาให้มีหิริความละอายบาป และมีโอตตัปปะ ความเกรงกลัวต่อบาป

ด้านวัฒนธรรม สอนให้คนมีความซื่อสัตย์ต่อกัน โดยเฉพาะอย่างยิ่งภริยาจะเป็นหญิงสองใจเป็นเมียหลายผัวไม่ได้ ตัวละครในเรื่องนี้คือนางสีดาก็มีความซื่อสัตย์ต่อสามี อันเป็นแบบอย่างที่ดีของหญิงไทยจนบัดนี้

คำศัพท์

บรรดาศักดิ์ 爵位

เสนาบดี 大臣

กรมท่า（旧制）财务部（兼管财务和外交）

นมัสการ 顶礼膜拜

ทอดพระเนตร ［王］视，观看

ชายา 妻；女人

ลักพา （带女人）私奔；绑票

ปลอบใจ 安慰，宽慰

คมคาย 聪明，机智，口齿伶俐

เชิดชู 推崇，抬举，赞扬

พระมหากรุณาธิคุณ 国王的宏恩厚泽

ละเอียดลออ 细致，详尽

นอบน้อม 尊重，恭敬

พระภัสดา ［王］夫婿，夫君

ตำหนิติเตียน 指责，批评

ครอง 维持，治理

ปะติดปะต่อ 连接，拼合

ทำนาย 预测

เมรุ ［佛］须弥山；火葬亭

ประลองศร 比试；操练

ว่าความ ［法］审理案件

พระเวท 宗教知识，符咒，咒语

อุปการ 恩惠，恩德

สาป 诅咒

แผลง 演变；施展（法力）

พระยา 披耶（泰国二等爵位，相当于侯爵）

จตุสดมภ์ 四大臣（即内务、宫务、财务、农务大臣）

ถึงแก่อสัญกรรม 仙逝，逝世（用于昭披耶）

ภริยา 妻子，夫人

ปราสาท 宫殿，府邸

คติธรรม 佛道，圣道

กลบเกลื่อน 掩饰，掩盖

กล่อม 爱抚；抚慰

มหาดเล็ก（王室或宫廷的）侍从，国王侍卫

นางสนมกำนัล 妃嫔

โลดโผน 惊险

มหาภารตะ 摩柯婆罗多

พระรัตนตรัย［佛］三宝

ปรนนิบัติ 服侍，伺候

รำราญ 交锋，交战

อัธยาศัย 性格，脾气

โหร 星占学家

อำมาตย์（旧时）官员，国王顾问，大夫

พระโพธิสัตว์ 菩萨

เกี้ยว 调戏，挑逗（女人）

ชุบ 培养；使复活

อัศวเมธ 马祭（古印度的一种杀马祭神以显王威的仪式）

พระภรต 婆罗多

วาจาสิทธิ์ 圣言，圣谕

อัชบาล 内宫官爵

พิพากษา［法］宣判

กบิลพัท 迦毗罗卫城（释迦邦的首府，释迦牟尼的原籍）

ฝักใฝ่ 关注，关心；向往

หิริโอตตัปปะ 良心

พิเภก《罗摩衍那》中一罗刹王

พระอัยกา 外祖父，祖父

เข้าเฝ้า 朝见

ไกล่เกลี่ย 调解

สาปแช่ง 诅咒，咒骂

เคืองแค้น 痛恨，愤恨

แบบฝึกหัด

ตอนที่ ๑ เลือกข้อที่ถูกต้องเพียงข้อเดียว

๑. วรรณคดีที่สำคัญสมัยกรุงธนบุรีมีจำนวนกี่เรื่อง

ก. 3 เรื่อง　ข. 6 เรื่อง　ค. 8 เรื่อง　ง. 11 เรื่อง

๒. ข้อใดไม่ใช่วรรณคดีสมัยกรุงธนบุรี

ก. รามเกียรติ์　ข. ลิลิตเพชรมงกุฎ　ค. อิเหนาคำฉันท์　ง. ขุนช้างขุนแผน

๓.สมเด็จพระเจ้ากรุงธนบุรี ทรงแต่งวรรณคดีเรื่องใด

ก. ราชาธิราช　ข. สามก๊ก　ค. รามเกียรติ์　ง. อิเหนา

๔. ผู้แต่งเรื่องโคลงยอพระเกียรติพระเจ้ากรุงธนบุรีคือใคร

ก. หลวงสรวิชิต　ข. นายสวน มหาดเล็ก　ค. พระมหานุภาพ　ง. ภิกษุอิน

๕. พระมหานุภาพเป็นกวีแต่งวรรณคดีเรื่องใด

ก. นิราศกวางตุ้ง　ข. กฤษณาสอนน้องคำฉันท์

ค. อิเหนาคำฉันท์　ง. ลิลิตเพชรมงกุฎ

๖. สาเหตุของวรรณคดีหลังกรุงศรีอยุธยามีความทรุดโทรมมากเพราะเหตุใด

ก. ขาดกวีเอก　ข. ผู้นำไม่ส่งเสริม

ค. ประชาชนไม่เห็นความสำคัญ　ง. กรุงศรีอยุธยาเสียแก่พม่า พ.ศ. ๒๓๑๐

๗. จุดมุ่งหมายของการแต่งโคลงยอพระเกียรติพระเจ้ากรุงธนบุรีคืออะไร

ก. เพื่อเผยแพร่ผลงานสำคัญ ข. เพื่อให้เป็นที่รู้จักของคนต่างชาติ

ค. เพื่อสรรเสริญพระเจ้ากรุงธนบุรี ง. เพื่อให้ประชาชนทราบพระราชกรณียกิจ

๘. ข้อใดไม่ได้กล่าวถึงในพระราชกรณียกิจของพระเจ้ากรุงธนบุรี

ก. การรบ ข. การปกครอง

ค. การศาสนา ง. การศึกษาของประชาชน

๙. ความมุ่งหมายในการแต่งนิราศกวางตุ้งคืออะไร

ก. เพื่อบันทึกการเดินทางไปจีน ข. เพื่อเผยแพร่การเดินทางให้คนจีนทราบ

ค. เพื่อติดต่อการค้าขายกับเพื่อนบ้าน ง. เพื่อส่งเสริมและแลกเปลี่ยนวัฒนธรรม

๑๐. พระมหานุภาพให้ประชาชนรุ่นหลังเห็นคุณค่าของวรรณคดีในด้านใด

ก. การค้าขาย-การลงทุนกับจีน ข. การเดินทางไปต่างประเทศ

ค. จดหมายเหตุ-บันทึกเหตุการณ์ ง. การพูดภาษาจีนกับชาวจีน

ตอนที่ ๒ ตอบคำถามตามเนื้อเรื่อง

๑.ในสมัยกรุงธนบุรีมีวรรณคดีเรื่องอะไรบ้าง จงยกตัวอย่าง

๒.บทละครเรื่องรามเกียรติ์ ในสมัยธนบุรีมีกี่ตอน อะไรบ้าง

๓.หลวงสรวิชิต (หน) ได้แต่งวรรณกรรมเรื่องอะไรบ้าง

๔.เรื่องอิเหนาคำฉันท์ตีพิมพ์ให้ได้อ่านกันในครั้งแรกเมื่อไหร่

๕.ในเรื่องลิลิตเพชรมงกุฎ มีตัวละครใครบ้าง และพระเอกมีนิสัยเป็นอย่างไร

บรรณนุกรม

[1] 栾文华 . 泰国文学史 [M]. 北京 : 社会科学文献出版社，1998.

[2] เปลื้อง ณ นคร ป.ม. อ.ม.(กิตติมศักดิ์).ประวัติวรรณคดีไทย [M].กรุงเทพฯ:บริษัทโรงพิมพ์ไทยวัฒนาพานิชจำกัด,พ.ศ.2531.

[3] ศาสตราจารย์ ดร. รื่นฤทัย สัจจพันธุ์.ความรู้ทั่วไปทางภาษาไทยตอนที่ 3วรรณคดีไทย [M].กรุงเทพฯ: สำนักพิมพ์มหาวิทยาลัยรามคำแหง,พ.ศ. 2556.

[4] เอกรัตน์ อุดมพร.วรรณคดีสมัยกรุงธนบุรี [M].กรุงเทพฯ: ห้างหุ้นส่วนจำกัด เรืองแสงการพิมพ์, พ.ศ. 2552.รามคำแหง, 2542.

[5] ศ.คุณหญิงกุหลาบ มัลลิกะมาส. ความรู้ทั่วไปทางวรรณคดีไทย [M].กรุงเทพฯ: สำนักพิมพ์มหาวิทยาลัย

[6] ศิลปากร, กรม. วรรณกรรมสมัยอยุธยา เล่ม 2 พิมพ์ครั้งที่ 2 [M]. กรุงเทพฯ: สำนักวรรณกรรมและประวัติศาสตร์, 2545.

บทที่ ๕ วรรณคดียุครัตนโกสินทร์

曼谷王朝时期的文学根据文学发展可以分为 3 个时期，即曼谷王朝初期文学（一、二、三世王时期）、曼谷王朝中期（四、五、六世王时期）文学和现代文学（七、八、九世王时期）。

曼谷王朝初期，尤其是二世王时期，泰国文学得到了空前发展，堪称为泰国文学时期的“黄金时代”，文学形式以韵文、散文和诗歌为主，开始受到西方文学的影响。这个时期主要代表作有《拉玛坚》《伊瑙》《坤昌坤平》等。

曼谷王朝中期继承了初期的文学发展，同样呈现出文学的空前盛世，新的诗人作家横空出世，特别是到了六世王时期，泰国文学出现了另一个“黄金时代”，诗歌的发展达到了顶峰，散文也得到了发展，逐渐被西方文学思潮占据。这个时期的主要代表作有《坤昌坤平》《帕阿派玛尼》等。

泰国现代文学体裁主要分为 4 种，分别是纪实文学、诗歌、戏剧和散文。这个时期的诗文大部分不用华丽的辞藻来表现思想，行文严谨；戏剧主要以娱乐为目的，暗含了生活的真理；小说思路和西方的一样，大部分都是根据真实的故事改编，情节错综复杂；纪实文学和散文以看法、知识、事实和娱乐为主。

这里主要介绍曼谷王朝时期两部最典型的代表作《坤昌坤平》和《帕阿派玛尼》。

วรรณคดีสมัยกรุงรัตนโกสินทร์แบ่งออกได้ ๓ ตอน คือ วรรณคดีสมัยรัตนโกสินทร์รัชกาลที่๑-๒-๓ วรรณคดีสมัยรัตนโกสินทร์รัชกาลที่ ๔-๕-๖ และวรรณคดีสมัยรัตนโกสินทร์รัชกาลที่ ๗-๘-๙ แต่ละตอนมีวรรณคดีเรื่องจำนวนมากมาย ในหนังสือเล่มนี้แนะนำเฉพาะเรื่องขุนช้างขุนแผนและเรื่องพระอภัยมณี

📖ขุนช้างขุนแผน

เรื่องขุนช้างขุนแผนมีเนื้อความปรากฏในหนังสือคำให้การชาวกรุงเก่า ซึ่งนับเป็นเรื่อง ในพระราชพงศาวดารเรื่องขุนช้างขุนแผนนี้เป็นวรรณกรรมอมตะนิทานไทยพื้นบ้านของสุพรรณบุรีมาแต่ช้านานเกิดขึ้นในสมัยกรุงศรีอยุธยาเป็นราชธานี ซึ่งมีหลักฐานอยู่ ในหนังสือคำให้การชาวกรุงเก่าโดยแต่งเป็นบทกลอนสำหรับขับเสภา (เสภาคือหนังสือกลอนโบราณที่นำเอานิทานมาแต่งเป็นกลอนสำหรับขับลำนำ) ให้ประชาชนฟังเหลือมาถึงกรุงรัตนโกสินทร์ บางตอนเพราะถูกไฟไหม้และสูญหายไปเมื่อครั้งเสียกรุงกับพม่า พระบาทสมเด็จพระพุทธเลิศหล้านภาลัยรัชกาลที่ ๒ ทรงโปรดให้กวีหลายท่าน เช่น พระองค์ กรมหมื่นเจษฎาบดินทร์ (รัชกาลที่ ๓) สุนทรภู่ ครูแจ้ง เป็นต้นให้ช่วยกันแต่งเพิ่มเติมขึ้น โดยแบ่งกันแต่งเป็นตอนๆ ไปจนจบเรื่อง

ผู้แต่ง พระบาสมเด็จพระพุทธเลิศหล้านราลัย รัชการที่ ๒ พระองค์เป็นพระโอรสในรัชกาลที่ ๑ ทรงมีประสบการณ์ด้านทหารแต่พอควร ทรงรอบรู้บริหารราชการบ้านเมืองจากพระราชบิดา ได้ทรงทำนุบำรงบ้านเมืองให้เจริญก้าวหน้าในทุกๆ ด้าน สิ่งที่ฟูเฟื่องเลื่องลือเหนืออื่นสมัยนี้ก็คือ วรรณคดีที่ได้รับการพัฒนาให้เจริญอย่างสูงสุดจนได้รับการขนานนามว่าเป็นยุคทองวรรณคดี

คุณค่า

ด้านอักษรสาสตร์ ได้รับยกย่องว่าเป็นยอดวรรณคดีประเภทกลอนสุภาพ ถือกันว่าเป็นวรรณคดีชิ้นเอกของไทย

ด้านวิถีชีวิต ได้บอกให้รู้ถึงชีวิตความเป็นไปของคนไทยสมัยนั้นที่มีความเชื่อในเรื่องของขลังศักดิ์สิทธิ์ เชื่อโชคลาง แต่ในขณะเดียวกันก็มีความศรัทธาในพระพุทธศาสนา

เรื่องย่อ

กล่าวถึงครอบครัวสามครอบครัว คือ ครอบครัวของขุนไกรพลพ่ายรับราชการทหาร มีภรรยาชื่อ นางทองประศรี มีลูกชายด้วยกันชื่อ พลายแก้ว ครอบครัวของขุนศรีวิชัย เศรษฐีใหญ่ของเมืองสุพรรณบุรีรับราชการเป็นนายกองกรมช้างนอก ภรรยาชื่อนางเทพทอง มีลูกชายชื่อ ขุนช้าง ซึ่งหัวล้านมาแต่กำเนิดและครอบครัวของพันศรโยธาเป็นพ่อค้า ภรรยาชื่อ ศรีประจัน มีลูกสาวรูปร่างหน้าตางดงามชื่อ นางพิมพิลาไลยวันหนึ่งสมเด็จพระพันวษามีความประสงค์จะล่าควายป่า จึงสั่งให้ขุนไกรปลูกพลับพลาและต้อนควายเตรียมไว้ แต่ควายป่าเหล่านั้นแตกตื่นไม่ยอมเข้าคอก ขุนไกรจึงใช้หอกแทงควายตายไปมากมายที่รอด

ชีวิตก็หนีเข้าป่าไป สมเด็จพระพันวษาโกรธมากสั่งให้ประหารชีวิตขุนไกรเสีย นางทองประศรีรู้ข่าวรีบพาพลายแก้วหนีไปอยู่ที่เมืองกาญจนบุรี

ทางเมืองสุพรรณบุรีมีพวกโจรจันศรขึ้นปล้นบ้านของขุนศรีวิชัยและฆ่าขุนศรีวิชัยตาย ส่วนพันศรโยธาเดินทางไปค้าขายต่างเมือง พอกลับมาถึงบ้านก็เป็นไข้ป่าตาย

เมื่อพลายแก้วอายุได้ ๑๕ ปี ก็บวชเณรเรียนวิชาอยู่ที่วัดส้มใหญ่ แล้วย้ายไปเรียนต่อที่วัดป่าเลไลย ต่อมาที่วัดป่าเลไลยจัดให้มีเทศน์มหาชาติ เณรพลายแก้วเทศน์กัณฑ์มัทรี ซึ่งนางพิมพิลาไลยเป็นเจ้าของกัณฑ์เทศน์ นางพิมเลื่อมใสมากจนเปลื้องผ้าสไบบูชากัณฑ์เทศ์ ขุนช้างเห็นเช่นนั้นก็เปลื้องผ้าห่มของตนวางเคียงกับผ้าสไบของนางพิม อธิฐานขอให้ได้นางเป็นภรรยา ทำให้นางพิมโกรธ ต่อมาเณรพลายแก้วก็สึกแล้วให้นางทองประ-ศรีมาสู่ขอนางพิมและแต่งงานกัน

ทางกรุงศรีอยุธยาได้ข่าวว่ากองทัพเชียงใหม่ตีได้เมืองเชียงทอง ซึ่งเป็นเมืองขึ้นของกรุงศรีอยุธยา สมเด็จพระพันวษาถามหาเชื้อสายของขุนไกร ขุนช้างซึ่งเข้าไปรับราชการอยู่จึงเล่าเรื่องราวความเก่งกล้าสามารถของพลายแก้ว เพื่อหวังจะพรากพลายแก้วไปให้ห่างไกลนางพิมสมเด็จพระพันวษาจึงให้ไปตามตัวมาแล้วแต่งตั้งให้เป็นแม่ทัพไปรบกับเมืองเชียงใหม่และได้ชัยชนะ นายบ้านแสนคำแมนแห่งหมู่บ้านจอมทองเห็นว่าพลายแก้วกับพวกทหารไม่ได้เบียดเบียนให้ชาวบ้านเดือดร้อน จึงยกนางลาวทองลูกสาวของตนให้เป็นภรรยาของพลายแก้ว

ส่วนนางพิมพิลาไลย เมื่อสามีจากไปทัพได้ไม่นานก็ป่วยหนักรักษาเท่าไรก็ไม่หายขรัวตาจูวัดป่าเลไลยแนะนำให้เปลี่ยนชื่อเป็นวันทอง อาการไข้จึงหาย ขุนช้างทำอุบายนำหม้อใหม่ใส่กระดูกไปให้นางศรีประจันกับนางวันทองดูว่าพลายแก้วตายแล้ว และขู่ว่านางวันทองจะต้องถูกคุมตัวไว้เป็นหม่ายหลวงตามกฎหมายนางวันทองไม่เชื่อ แต่นางศรีประจันคิดว่าจริง ประกอบกับเห็นว่าขุนช้างเป็นเศรษฐีจึงบังคับให้นางวันทองแต่งงานกับขุนช้าง นางวันทองจำต้องตามใจแม่แต่นางไม่ยอมเข้าหอขณะนั้น พลายแก้วกลับมาถึงกรุงศรีอยุธยาและได้บรรดาศักดิ์เป็นขุนแผนแสนสะท้าน จากนั้นก็พานางลาวทองกลับสุพรรณบุร นางวันทองเห็นขุนแผนพาภรรยาใหม่มาด้วยก็โกรธด่าทอโต้ตอบกับนางลาวทองและลืมตัวพูดก้าวร้าวขุนแผนทำให้ขุนแผนโมโหพานางลาวทองไปอยู่ที่กาญจนบุรี ส่วนนางวันทองก็ตกเป็นภรรยาของขุนช้างอย่างจำใจ

ต่อมาขุนช้างและขุนแผนเข้าไปรับการอบรมในวังและได้มหาดเล็กเวรทั้งสองคน วันหนึ่งนางทองประศรีให้คนมาส่งข่าวว่านางลาวทองป่วยหนัก ขุนแผนจึงฝากเวรไว้กับขุนช้างแล้วไปดูอาการของนางลาว

ทอง ตอนเช้าสมเด็จพระพันวษาถามถึงขุนแผนขุนช้างบอกว่าขุนแผนปีนกำแพงวังหนีไปหาภรรยา สมเด็จพระพันวษาโกรธตรัสให้ขุนแผนตระเวนด่านที่กาญจนบุรี ห้ามเข้าเฝ้าและริบนางลาวทองเข้าเป็นหม้ายหลวง ขุนแผนได้ทราบเรื่องก็โกรธขุนช้าง คิดจะแก้แค้นแต่ยังมีกำลังไม่พอ จึงออกตระเวนป่าไปโดยลำพัง คิดจะหาอาวุธ ม้า และ กุมารทองสำหรับป้องกันตัว ได้ตระเวนไปจนถึงถิ่นของหมื่นหาญนักเลงใหญ่ ได้เข้าสมัครเข้าไปอยู่ด้วย เพราะหวังจะได้บัวคลี่ลูกสาวของหมื่นหาญ ได้ทำตัวนอบน้อมและตั้งใจทำงานเป็นอย่างดีจนเป็นที่รักใคร่ของหมื่นหาญถึงกับออกปากยกลูกสาวให้แต่งงานด้วย พอได้แต่งงานกับบัวคลี่แล้ว ขุนแผนก็ไม่ยอมทำงานร่วมกับหมื่นหาญ ทำให้หมื่นหาญโกรธคิดฆ่าขุนแผน เพราะขุนแผนอยู่ยงคงกระพันจึงให้บัวคลี่ใส่ยาพิศลงในอาหารให้ขุนแผนกิน แต่ผีพรายมาบอกให้รู้ตัว ขุนแผนจึงทำอุบายเป็นไข้ไม่ยอมกินอาหาร แล้วออกปากขอลูกจากบัวคลี่ นางไม่รู้ความหมายก็ออกปากยกลูกให้ขุนแผน พอกลางคืนขณะที่บัวคลี่นอนหลับขุนแผนก็ผ่าท้องนางแล้วนำลูกไปทำพิธี ตอนเช้าหมื่นหาญและภรรยารู้ว่าลูกสาวถูกผ่าท้องตายก็ติดตามขุนแผนไป แต่ก็สู้ขุนแผนไม่ได้ ขุนแผนเสกกุมารทองสำเร็จ จึงออกเดินทางต่อไป แล้วไปหาช่างตีดาบ หาเหล็ก และเครื่องใช้ต่างๆ เตรียมไว้ตั้งพิธีตีดาบจนสำเร็จ ดาบนี้ให้ชื่อว่า ดาบฟ้าฟื้น ใช้เป็นอาวุธต่อไป หลังจากนั้นเดินทางไปหาม้า ได้ไปพบคณะจัดซื้อม้าหลวง ได้เห็นลูกม้าตัวหนึ่งมีลักษณะถูกต้องตามตำราก็ชอบใจได้ออกปากซื้อเจ้าหน้าที่ก็ขายให้ในราคาถูก ขุนแผนจึงเสกหญ้าให้ม้ากินและนำมาฝึกจนเป็นม้าแสนรู้ ให้ชื่อว่า ม้าสีหมอก เมื่อได้กุมารทอง ดาบฟ้าฟื้นและม้าสีหมอกครบตามความตั้งใจแล้วก็เดินทางกลับบ้าน คิดจะไปแก้แค้นขุนช้าง ทองประศรีมารดาห้ามปรามก็ไม่ฟัง ได้เดินทางออกจากกาญจนบุรีไปยังสุพรรณบุรีขึ้นเรือนขุนช้าง ได้นางแก้วกิริยาลูกสาวพระยาสุโขทัยที่นำมาเป็นตัวจำนำไว้ในบ้านขุนช้างเป็นภรรยา แล้วพาวันทองหนีออกจากบ้าน ขุนช้างตื่นได้ออกติดตามแต่ตามไม่ทันได้ไปทูลฟ้อง สมเด็จพระพันวษาให้กองทัพออกติดตามขุนแผน ขุนแผนไม่ยอมกลับได้ต่อสู้กับกองทัพทำให้ขุนเพชร ขุนรามถึงแก่ความตาย กองทัพต้องถอยกลับกรุง ขุนแผนจึงกลายเป็นกบฏต้องเที่ยวเร่ร่อนอยู่ในป่า จนนางวันทองตั้งท้องแก่ใกล้คลอด ขุนแผนสงสารกลัวนางจะเป็นอันตรายจึงยอมเข้ามอบตัวกับพระพิจิตร พระพิจิตรได้ส่งตัวเข้าสู้คดีในกรุง ขุนแผนชนะคดีและได้นางวันทองคืน ขุนแผนมีความคิดถึงลาวทองได้ขอให้จมื่นศรีช่วยขอให้ ขุนแผนถูกกริ้วและถูกจำคุก แก้วกิริยาจึงตามไปปรนนิบัติในคุก วันหนึ่งขณะที่นางวันทองมาเยี่ยมขุนแผน ขุนช้างได้มาฉุดนางวันทองไปจนนางวันทองคลอดลูก ให้ชื่อว่าพลายงาม เมื่อขุนช้างรู้ว่าไม่ใช่ลูกของตัวเองจึงหลอกพลายงามไปฆ่าในป่า แต่ผีพรายของขุนแผนช่วยไว้ นางวัน

ทองบอกความจริงและได้ให้พลายงามเดินทางไปอยู่กับย่าทองประศรีที่กาญจนบุรี พลายงามอยู่กับย่าจนโต ได้บวชเป็นเณรและเล่าเรียนวิชาความรู้เก่งกล้าทั้งเวทมนตร์คาถาและการสงคราม เมื่อมีโอกาสขุนแผนได้ให้จมื่นศรีนำพลายงามเข้าถวายตัวเป็นมหาดเล็ก เมื่อมีศึกเชียงใหม่พลายงามได้อาสาออกรบและทูลขอประทานอภัยโทษให้พ่อเพื่อไปรบ ขุนแผนและนางลาวทองจึงพ้นโทษ ขณะที่เดินทางไปทำสงครามนั้นผ่านเมืองพิจิตร ขุนแผนจึงแวะเยี่ยมพระพิจิตร เมื่อพลายงามได้พบนางศรีมาลาลูกสาวพระพิจิตรก็หลงรักจึงได้ลอบเข้าหานาง ขุนแผนจึงทำการหมั้นหมายไว้ เมื่อชนะศึกพระเจ้าเชียงใหม่ได้ส่งสร้อยทองและสร้อยฟ้ามาถวาย พระพันวษาได้แต่งตั้งขุนแผนเป็นพระสุรินทรลือไชยมไหสูรย์ภักดีไปรั้งเมืองกาญจนบุรี และได้แต่งตั้งพลายงามเป็นจมื่นไวยวรนาถ และประทานสร้อยฟ้าให้แก่พลายงาม จากนั้นก็ทรงจัดงานแต่งงานให้กับพลายงาม ขณะที่ทำพิธีแต่งงาน ขุนช้างได้วิวาทกับพลายงาม ขุนช้างได้ทูลฟ้อง จึงโปรดให้มีการชำระความโดนการดำน้ำพิสูจน์ ขุนช้างแพ้ความ พระพันวษาโปรดให้ประหารชีวิต แต่พระไวยขอชีวิตไว้ ต่อมาพระไวยมีความคิดถึงแม่จึงไปรับนางวันทองมาอยู่ด้วย ขุนช้างติดตามไปแต่พระไวยไม่ยอมให้ขุนช้างจึงถวายฎีกา พระพันวษาจึงตรัสให้นางวันทองเลือกว่าจะอยู่กับใคร นางมีความลังเลเลือกไม่ได้ว่าจะอยู่กับใคร พระพันวษาทรงโกรธจึงรับสั่งให้ประหารชีวิต แม้พระไวยจะขออภัยโทษได้แล้ว แต่ด้วยเคราะห์ของนางวันทอง ทำให้เพชฌฆาตเข้าใจผิดจึงประหารนางเสียก่อน เมื่อจัดงานศพนางวันทองแล้วขุนแผนได้เลื่อนเป็นพระกาญจนบุรี นางสร้อยฟ้าได้ให้เถรขวาดทำเสน่ห์ให้พระไวยหลงไหลนางและเกลียดชังนางศรีมาลา พระกาญจนบุรีมาเตือน พระไวยโกรธลำเลิกบุญคุณกับพ่อ ทำให้พระกาญจนบุรีโกรธคบคิดกับพลายชุมพลลูกชายซึ่งเกิดจากนางแก้วกิริยาปลอมเป็นมอญยกทัพมาตีกรุงศรีอยุธยา หวังจะให้พระไวยออกต่อสู้ จะได้แก้แค้นได้สำเร็จ พระไวยรู้ตัวเพราะผีเปรตนางวันทองมาบอก พระพันวษาทรงทราบเรื่องโปรดให้มีการไต่สวน พลายชุมพลพิสูจน์ได้ว่า นางสร้อยฟ้ากับเถรขวาดได้ทำเสน่ห์จริง แต่นางสร้อยฟ้าไม่รับ จึงมีการพิสูจน์โดยการลุยไฟ สร้อยฟ้าแพ้ พระพันวษาสั่งให้ประหาร แต่นางศรีมาลาทูลขอไว้ นางสร้อยฟ้าจึงถูกเนรเทศกลับไปเชียงใหม่ และคลอดลูกชื่อ พลายยง ต่อมานางศรีมาลาก็คลอดลูกชาย ขุนแผนจึงตั้งชื่อให้ว่า พลายเพชร เถรขวาดมีความแค้นพลายชุมพล จึงปลอมเป็นจระเข้ไล่กัดกินคนมาจากทางเหนือหวังจะแก้แค้นพลายชุมพล พระพันวษาโปรดให้พลายชุมพลไปปราบ จระเข้เถรขวาดสู้ไม่ได้ถูกจับตัวมาถวายพระพันวษาและถูกประหาร ในที่สุดพลายชุมพลได้รับแต่งตั้งเป็นหลวงนายฤทธิ์ เหตุการณ์ร้ายแรงผ่านไป ทุกคนก็อยู่ด้วยความเป็นสุข

พระอภัยมณี

พระอภัยมณี ได้ชื่อว่าเป็นผลงานที่สร้างชื่อให้แก่สุนทรภู่มากที่สุด สุนทรภู่แต่งเรื่องนี้ขึ้นในตอนแรกก็เพื่อขายเลี้ยงชีพ ภายหลังเขียนเพื่อถวายพระองค์เจ้าลักขณานุคุณและกรมหมื่นอัปสรสุดาเทพ

เนื้อหาในเรื่องพระอภัยมณี นอกจากมีความแปลกใหม่ด้านเค้าโครงเรื่องแต่ก็มีรายละเอียดปลีกย่อยมากมายที่แสดงให้เห็นถึงภูมิรู้ของผู้ประพันธ์ว่ามีความรู้กว้างขวางและละเอียดลึกซึ้งอย่างยิ่ง นักวิชาการส่วนมากลงความเห็นพ้องกันว่า สุนทรภู่ได้รับแรงบันดาลใจมากมายจากวรรณคดีโบราณทั้งของไทยและของต่างประเทศ สมเด็จฯ กรมพระยาดำรงราชานุภาพตรัสว่าเรื่อง "พระอภัยมณี" สุนทรภู่ตั้งใจแต่งโดยประณีตทั้งตัวเรื่องและถ้อยคำสำนวน ส่วนตัวเรื่องนั้นพยายามตรวจตราหาเรื่องราวที่ปรากฏอยู่ในหนังสือต่างๆ บ้าง เรื่องที่รู้โดยผู้อื่นบอกเล่าบ้าง เอามาตริตรองเลือกคัดประดิษฐ์ติดต่อแต่ง ประกอบกับความคิดของสุนทรภู่เอง ประจักษ์ ประภาพิทยากร กล่าวว่าวรรณคดีที่สุนทรภู่อาศัยเค้ามานั้น มีทั้งวรรณคดีจีน ชวา ไทย แขก พร้อมมูลวรรณ คดีที่กล่าวมานี้สุนทรภู่ต้องรู้ดีแน่ หรือ สุรีย์ พงศ์อารักษ์กล่าวถึงพระอภัยมณีว่า เนื้อเรื่องส่วนใหญ่แตกต่างจากวรรณคดีไทยแนวจักรๆ วงศ์ๆ ทั่วไป เค้าโครงเรื่องได้มาจากวรรณคดีต่างๆ ของไทยและวรรณคดีต่างประเทศหลายเรื่อง เช่น เรื่องอาหรับราตรี เรื่องไซ่ฮั่น เป็นต้น รวมถึงเค้าเรื่องจากเหตุการณ์ในประวัติศาสตร์ เหตุการณ์ในชีวิตของสุนทรภู่ และจินตนาการที่ผสมผสานผูกร้อยเข้าด้วยกัน เค้าโครงจากวรรณกรรมต่างประเทศนี้ สมเด็จฯ กรมพระยาดำรงราชานุภาพได้ทรงอธิบายเพิ่มเติมไว้ว่า เค้าเรื่องที่มาจากอาหรับราตรีของเซอร์ริชาร์ด เบอร์ตัน คือนิทานว่าด้วยเรื่องของกษัตริย์ชาติอิสลามไปตีเมืองซึ่งนางพระยาเป็นคริสตัง เมื่อพบกันในสนามรบก็เกิดรักกัน ทำนองเดียวกับที่พระอภัยมณีพบนางละเวงวัณฬาในสนามรบ ส่วนเค้าโครงที่มาจากไซ่ฮั่น คือส่วนที่ว่าด้วยเพลงปี่ของเตียวเหลียง ผู้วิเศษที่ชำนาญการเป่าปี่แก้วจนอาจสะกดผู้คนได้ ทำนองเดียวกับวิชาปี่ของพระอภัยมณี นอกจากนี้ยังมีความเห็นจากนักวิชาการอื่นอีกหลายท่านล้วนลงความเห็นไปในทางเดียวกันทั้งสิ้น

เนื้อหาส่วนใหญ่ของเรื่องเกิดขึ้นในทะเล นับแต่ถ้ำนางผีเสื้อสมุทร เกาะแก้วพิสดาร เมืองรมจักร เมืองการะเวก เมืองผลึก และเมืองลังกา ล้วนไปมาหาสู่กันได้จากทางทะเลเท่านั้น รายละเอียดการเดินทางในทะเลแต่ละครั้งจะมีการบรรยายอย่างละเอียด มีการบรรยายถึงสัตว์น้ำต่างๆ การบรรยายถึงการดูดาว การบรรยายถึงสถานที่ซึ่งอิงกับนิทานปรัมปรา สิ่งต่างๆ เหล่านี้แสดงให้เห็นว่า หากสุนทรภู่มิได้ไปเห็นด้วยตัวเอง ก็ต้องได้อ่านและได้ฟังมาอย่างมากเหลือเกิน จนสามารถกลั่นกรองและคัดเลือกมานำเสนอได้อย่าง

เหมาะเจาะ

ผู้แต่ง

สุนทรภู่ เป็นกวีของไทยสมัยต้นกรุงรัตนโกสินทร์ มีผลงานนิพนธ์ไว้มากมาย จนได้รับการเรียกขานต่างๆ เช่น รัตนกวีแห่งกรุงรัตนโกสินทร์ กวีเอกของไทย กวีเอกแห่งกรุงรัตนโกสินทร์ บรมครูกลอนตลาดแห่งกรุงสยาม และบรมครูกลอนแปด เป็นต้น ซึ่งชื่อเหล่านี้ล้วนเป็นการยกย่องในความเป็นเลิศและความสามารถในกวีนิพนธ์ของท่านทั้งสิ้น ผลงานของท่านมีทั้งประเภทนิราศ นิทาน สุภาษิต เสภา บทละครและบทเห่กล่อม และด้วยผลงานเหล่านี้นี่เองที่ทำให้องค์การยูเนสโกได้ประกาศยกย่องเชิดชูเกียรติให้ท่านเป็น บุคคลผู้มีผลงานดีเด่นทางวัฒนธรรมระดับโลก ในวาระครบรอบ ๒๐๐ปีเกิดของท่านเมื่อวันที่ ๒๖ มิถุนายน ๒๕๒๙ ซึ่งถือได้ว่าท่านเป็นสามัญชนคนแรกของไทยที่ได้รับเกียรตินี้

คุณค่า

ด้านอักษรสาสตร์ สำนวนดี ถ้อยคำไพเราะน่าฟัง ง่ายแก่การจดจำ ไม่เพียงแต่ติดปากติดหู แต่ยังติดใจในผู้นิยมทั่วไป

ด้านวิชาการ เรื่องนี้ได้รวบรวมเอาความรู้ต่างๆ มาไว้อย่างมากมาย ผสมกับจินตนาการอันพิสดารกว้างขวางของสุนทรภู่ ทำให้พระอภัยมณีเป็นอมตะวรรณกรรม เช่นเดียวกับสามก๊ก

ด้านศาสนา ได้แสดงให้เห็นกิเลสตัณหาของคนและการพยายามเดินเข้าหาธรรมเพื่อไปพ้นจากกิเลสตัณหาอันยากที่จะสลัดได้หลุด

เรื่องย่อ

พระอภัยมณีและศรีสุวรรณเป็นโอรสของท้าวสุทัศน์และนางปทุมเกสรผู้ครองกรุงรัตนา เมื่อพระอภัยมณีและศรีสุวรรณเจริญวัยขึ้น ท้าวสุทัศน์ให้ทั้งสองพระองค์ไปแสวงหาวิชาความรู้ตามแบบอย่างของกษัตริย์ทั้งหลาย พระอภัยมณีและศรีสุวรรณเดินทางแสวงหาความรู้ไปจนถึงหมู่บ้านจันตคาม ได้พบทิศาปาโมกข์ ๒ คน คนหนึ่งชำนาญในทางปี่ คนหนึ่งชำนาญในทางกระบอง พระอภัยมณีเลื่อมใสในทางปี่ ส่วนศรีสุวรรณเลือกศึกษาทางกระบอง โดยทิศาปาโมกข์คิดค่าเรียนไว้เป็นทองแสนตำลึง ทั้งสองพระองค์ใช้แหวนทองตีราคาเป็นค่าเรียนและได้เป็นศิษย์ศึกษาวิชาอยู่ในสำนักนั้น เมื่อเรียนสำเร็จแล้วพระอภัยมณีและศรีสุวรรณก็ลาทิศาปาโมกข์กลับเมือง ทิศาปาโมกข์มอบปี่ให้แก่พระอภัยมณีและมอบกระบองให้แก่ศรีสุวรรณ ท้าวสุทัศน์ทรงทราบวิชาที่ทั้งสองร่ำเรียนมาก็กริ้วว่า เลือกเรียนวิชาชั้นต่ำไม่สมกับที่เป็นโอรสกษัตริย์

จึงขับไล่ออกจากบ้านเมือง โอรสทั้งสองจึงต้องเดินทางระหกระเหินไปในป่าได้รับความลำบากยิ่ง จนมาถึงชายทะเลแห่งหนึ่ง ได้พบกับพราหมณ์สามคน ชื่อวิเชียร โมรา และสานน พราหมณ์วิเชียรมีความสามารถยิงธนูได้ทีละเจ็ดดอก พราหมณ์โมรา มีความสามารถผูกหญ้าเป็นสำเภายนต์ ส่วนพราหมณ์สานนมีความสามารถเรียกลมเรียกฝนได้ ทั้งห้าต่างแสดงวิชาให้กันและกันชม พระอภัยมณีแสดงวิชาเป่าปี่ให้สามพราหมณ์ฟัง เสียงปี่ทำให้ศรีสุวรรณและสามพราหมณ์นอนหลับหมดในเวลาไม่นานนัก ในเวลานั้นนางผีเสื้อสมุทรตนหนึ่งออกหากิน ได้ยินเสียงเพลงปี่ของพระอภัยมณีก็เกิดความรู้สึกปั่นป่วนใจ จึงตามหาต้นตอของเสียงปี่ เมื่อได้เห็นพระอภัยมณีก็เกิดความรัก จึงอุ้มพระอภัยมณีไปไว้ในถ้ำของตนเอง แล้วแปลงกายเป็นหญิงงาม พระอภัยมณีรู้ว่านางเป็นยักษ์ แต่ต้องจำใจอยู่กินกับนางผีเสื้อสมุทรถึงแปดปีจนเกิดโอรสคนหนึ่ง ชื่อ สินสมุทร สินสมุทรเป็นเด็กที่แข็งแรงมาก วันหนึ่งขณะที่นางผีเสื้อสมุทรออกไปหากิน สินสมุทรผลักก้อนหินปากถ้ำที่นางผีเสื้อปิดไว้เพื่อขังพระอภัยมณีและสินสมุทรให้อยู่ในถ้ำออก แล้วหนีไปเที่ยวพบเงือกชราตัวหนึ่งไม่รู้จักว่าเป็นตัวอะไร จึงจับมาให้พระอภัยมณีดู เงือกชราอ้อนวอนขอให้พระอภัยมณีสั่งในสินสมุทรปล่อยตัวไป โดยให้สัญญาว่าจะพาพระอภัยมณีหนีนางผีเสื้อสมุทรไปยังเกาะแก้วพิสดาร โดยขอให้พระอภัยมณีทำอุบายให้นางผีเสื้อสมุทรออกจากถ้ำไปที่อื่นสามวัน พระอภัยมณีเห็นว่าเป็นช่องทางที่จะหนีจากนางผีเสื้อสมุทรได้ ประกอบกับความสงสารเงือกชราที่ถูกสินสมุทรทรมานจึงขอให้สินสมุทรปล่อยเงือกชราไปและห้ามเล่าเรื่องนี้ให้นางผีเสื้อสมุทรฟัง ต่อมานางผีเสื้อสมุทรฝันว่าเทวดาที่เกาะมาควักดวงตาทั้งสองข้างเหาะหนีไป นางตกใจตื่นจึงเล่าความฝันให้พระอภัยมณีฟัง พระอภัยมณีได้โอกาสจึงทำนายฝันว่านางผีเสื้อสมุทรกำลังมีเคราะห์จะต้องไปถือศีลสะเดาะเคราะห์ ห้ามกินเนื้อสัตว์ และไปถือศีลอยู่บนเขาสามคืน นางผีเสื้อสมุทรเชื่อจึงออกไปถือศีลอดอาหารอยู่บนเขา พระอภัยมณีจึงเรียกให้เงือกชราพาหนีโดยมีเมียและลูกสาวเงือกชราติดตามมาด้วย ครั้นครบกำหนดสามวัน นางผีเสื้อสมุทรเลิกถือศีลกลับมายังถ้ำ ไม่เห็นพระอภัยมณีและสินสมุทรก็รู้ว่ามีคนพาหนีจึงออกติดตามด้วยความโกรธ เมื่อติดตามมาใกล้จะทัน เงือกชราผัวเมียออกอุบายให้พระอภัยมณีไปกับลูกสาว ส่วนตนเองและสินสมุทรจะหลอกล่อถ่วงเวลาไว้ เมื่อนางผีเสื้อตามทันเงือกชราผัวเมีย นางจึงฆ่าเสียแล้วติดตามลูกสาวเงือกที่พาพระอภัยมณีหนีต่อไปยังเกาะแก้วพิสดาร พอดีโยคีช่วยไว้ทัน พระอภัยมณี สินสมุทร และนางเงือกจึงอาศัยอยู่กับพระโยคีที่เกาะแก้วพิสดารนั้น ส่วนนางผีเสื้อสมุทรเข้าไปบนเกาะไม่ได้ จึงวนเวียนอยู่ในบริเวณนั้น พระอภัยมณีและสินสมุทรได้เรียนภาษาต่างๆ จากผู้คนหลายชาติหลายภาษาบนเกาะจนเชี่ยวชาญ ต่อมาพระอภัยมณีได้นาง

เงือกเป็นชายา และภายหลังได้บวชเป็นฤาษีพร้อมกับสินสมุทร ฝ่ายศรีสุวรรณและพราหมณ์ทั้งสามคน เมื่อตื่นขึ้นมาไม่พบพระอภัยมณีก็โศกเศร้า และออกติดตามหาพระอภัยมณี มาถึงเมืองรมจักรซึ่งมีท้าวทศวงศ์เป็นเจ้าเมือง และมีพระธิดาชื่อ เกษรา เป็นหญิงที่สวยงาม มีเจ้าเมืองแขกชวาชื่อท้าวอุเทนมาสู่ขอ แต่ท้าวทศวงศ์ไม่ยกให้ ท้าวอุเทนจึงยกทัพมาตีเมืองรมจักร ศรีสุวรรณและพราหมณ์ทั้งสามได้อาสาออกรบได้ชัยชนะ ท้าวทศวงศ์จึงจัดงานอภิเษกศรีสุวรรณกับพระธิดาเกษรา ทั้งสองพระองค์มีพระธิดาชื่ออรุณรัศมี กล่าวถึงท้าวสิลราช เจ้าเมืองผลึก มีพระธิดาชื่อสุวรรณมาลีได้หมั้นหมายกับโอรสเจ้าเมืองลังกาชื่อ อุศเรน เมื่อใกล้กำหนดวันอภิเษก นางสุวรรณมาลีฝันว่าได้ไปเที่ยวทะเล เห็นดวงแก้วอยู่กลางเกาะ นางเหาะไปหยิบได้ โหรทายว่าจะมีเคราะห์ แต่จะได้คู่ครองที่เหมาะสม นางรู้สึกไม่สบายใจ ท้าวสิลราชจึงพาเที่ยวทะเลมาถึงเกาะแก้วพิสดาร พระอภัยมณีและสินสมุทรขออาศัยเรือไปด้วยเมื่อนางผีเสื้อรู้เข้าก็ทำลายเรือจนเรือแตก ท้าวสิลราชสิ้นพระชนม์ในทะเล พระอภัยมณีว่ายน้ำหนีไปบนเกาะแห่งหนึ่ง นางผีเสื้อสมุทรติดตามพระอภัยมณีไปถึงเกาะ แต่ไม่สามารถขึ้นเกาะได้เพราะมนต์วิเศษของโยคีที่ให้พระอภัยมณีไว้ป้องกันตัวนางผีเสื้อสมุทรขอร้องให้พระอภัยมณีกลับไปอยู่ด้วย แต่พระอภัยมณีไม่ยอม นางผีเสื้อจึงร่ายเวทย์ให้ฝนตกพระอภัยมณีหนาวสั่นจึงตัดสินใจเป่าปี่สังหารนางผีเสื้อ เมื่อนางผีเสื้อตาย พระอภัยมณีรู้สึกสงสารจึงคิดจะปลงศพให้ แต่ชีปะขาวมาห้ามไว้ พระอภัยมณีจึงปล่อยนางให้เป็นหินอยู่ที่เชิงเขานั้น ฝ่ายอุศเรนคู่หมั้นของนางสุวรรณมาลี เมื่อทราบว่าคู่หมั้นของตนหายไปก็นำเรือออกค้นหา มาพบพระอภัยมณีที่เกาะกลางทะเลจึงรับพระอภัยมณีมาด้วย ส่วนสุวรรณมาลี เมื่อเรือแตกแล้ว สินสมุทรได้ช่วยเหลือนางและพาว่ายน้ำมาขึ้นที่เกาะแห่งหนึ่ง พบเรือของโจรสุหรั่งจึงได้ขออาศัยเดินทางกลับเมืองผลึก ระหว่างทางโจรสุหรั่งพยายามเกี้ยวนางสุวรรณมาลี สินสมุทรโกรธจึงฆ่าโจรสุหรั่งแล้วนำเรือออกค้นหาพระอภัยมณี มาถึงเมืองรมจักรสินสมุทรรบกับศรีสุวรรณเพราะเข้าใจผิด สินสมุทรจับศรีสุวรรณได้ แต่ภายหลังได้รู้ว่าเป็นอาหลานกันศรีสุวรรณ สินสมุทร สุวรรณมาลี และอรุณรัศมี จึงออกติดตามพระอภัยมณีจนพบเรือของอุศเรน อุศเรนขอสุวรรณมาลีคืนจากสินสมุทร สินสมุทรไม่ยอม เพราะรักนางสุวรรณมาลีเหมือนแม่ พระอภัยมณีขอร้องให้สินสมุทรคืนนางสุวรรณมาลีให้อุศเรนด้วยสำนึกบุญคุณที่อุศเรนให้อาศัยเรือมา แต่สินสมุทรก็ไม่ยอมการกระทำของพระอภัยมณีในครั้งนี้ทำให้นางสุวรรณมาลีโกรธมาก ในที่สุดสินสมุทรจึงรบกับอุศเรน สินสมุทรจับอุศเรนได้ พระอภัยมณีขอให้ปล่อยอุศเรนไป เมื่ออุศเรนได้รับอิสรภาพกลับยกทัพมาต่อสู้อีกจนได้รับบาดเจ็บกลับลังกาไป จากนั้นพระอภัยมณี ศรีสุวรรณ สุวรรณมาลี สินสมุทร และอรุณรัศมีก็เดินทาง

ไปเมืองผลึก มเหสีท้าวสิลราชทราบว่าพระสวามีจมหายไปในทะเลก็คิดจะอภิเษกพระอภัยมณีกับสุวรรณมาลี เพื่อให้ครองเมืองต่อไป แต่สุวรรณมาลีน้อยใจพระอภัยมณีอยู่ จึงหนีไปบวชชี ต่อมามีหญิงชื่อวาลี เป็นเชื้อพราหมณ์มีความรู้ไตรเพทและมีความเฉลียวฉลาด แต่รูปชั่วตัวดำ ได้อาสาเข้ารับราชการเป็นสนมพระอภัยมณีและออกอุบายให้พระอภัยมณีได้อภิเษกกับสุวรรณมาลี หลังจากนั้นศรีสุวรรณ สินสมุทรและอรุณรัศมีลาพระอภัยมณีและสุวรรณมาลีไปกรุงรัตนาเพื่อพบท้าวสุทัศน์และนางปทุมเกสร แล้วจึงกลับเมืองรมจักร ส่วนพระอภัยมณีก็ได้พระธิดาฝาแฝดกับนางสุวรรณมาลีชื่อสร้อยสุวรรณและจันทร์สุดา ส่วนทางเกาะแก้วพิสดาร นางเงือกคลอดพระโอรสโยคีตั้งชื่อให้ว่า สุดสาคร เมื่อเติบโตขึ้นมาได้ร่ำเรียนวิชากับโยคีจนเก่งกล้าได้ม้านิลมังกรเป็นพาหนะและมีอาวุธคู่กายคือไม้เท้าวิเศษที่โยคีมอบให้ เมื่อสุดสาครเจริญวัยรู้สึกคิดถึงพระบิดา จึงลาพระโยคีออกตามหาพระอภัยมณี ระหว่างทางพบอันตรายต่างๆ ต้องต่อสู้กับผีดิบและถูกชีเปลือยซึ่งต้องการม้านิลมังกรและไม้เท้าวิเศษหลอกผลักตกลงไปในเหว ชีเปลือยได้ม้านิลมังกรกับไม้เท้าแล้วก็เดินทางเข้าเมืองการเวก พระโยคีมาช่วยสุดสาครไว้แล้วบอกให้เดินทางติดตามชีเปลือยไปเอาของคืน เมื่อได้ของคืนแล้วสุดสาครได้พบกับท้าวสุริโยทัยเจ้าเมืองการเวก ทรงรักสุดสาครมากตั้งให้เป็นโอรสโดยมีพระธิดาเสาวคนธ์เป็นเพื่อนเล่น ฝ่ายอุศเรนเมื่อกลับมาถึงลังกาก็จัดทัพเพื่อตีเมืองผลึกด้วยความแค้น โดยมีพระบิดาเป็นทัพหลวง ส่วนตนเองเป็นทัพหน้า การศึกครั้งนี้พระอภัยมณีได้นางวาลีเป็นกำลังสำคัญในการวางแผน กรุงผลึกจึงรบได้ชัยชนะ พระอภัยมณีจับอุศเรนได้ คิดจะปล่อยไป แต่นางวาลีเห็นว่าหากปล่อยไปภายหลังจะมารบอีก จึงใช้วาจายั่วจนอุศเรนกระอักเลือดอกแตกตาย ส่วนนางวาลีก็ถูกวิญญาณของอุศเรนสิงตายตามไป ส่วนเจ้าลังกาถูกธนูยิงหนีไปรวมไพร่พล เมื่อพระอภัยมณีส่งศพอุศเรนมาให้ ก็โศกเศร้าจนตายไปอีกคน ทหารจึงนำพระศพกลับไปลังกา ฝ่ายละเวงวัณฬาพระธิดาเจ้าเมืองลังกาเมื่อทำพิธีศพเสร็จก็ขึ้นครองเมือง มีสังฆราชเป็นที่ปรึกษา ช่วยกันวางแผนแก้แค้นเมืองผลึกโดยวาดรูปนางละเวงส่งไปให้เจ้าเมืองต่างๆ เพื่อขอให้มาช่วยรบ โดยมีนางละเวงเป็นรางวัลหากรบชนะ สังฆราชสอนวิธีทำเสน่ห์ยาแฝดให้นางละเวง และให้สร้างเมืองใหม่ใกล้ทะเล มีป้อมปราการมั่นคงในบรรดาเจ้าเมืองที่มาอาสาช่วยนางละเวงรบ มีเจ้าละมานเจ้าเมืองทมิฬรวมอยู่ด้วย เจ้าละมานเห็นรูปนางละเวงก็หลงใหล จึงจัดทัพไปรบที่เมืองผลึก ฝ่ายพระอภัยมณีได้รู้กิตติศัพท์ของทัพเจ้าละมานว่ามีความเข้มแข็งกว่ามนุษย์ทั่วไป จึงใช้ปี่เป่าเป็นเพลงสะกดทัพเจ้าละมานให้หลับแล้วจับตัวขังกรงไว้ เจ้าละมานเมื่อแพ้ศึก ก็พร่ำเพ้อถึงแต่นางละเวง นำรูปขึ้นมากอดจูบ ผู้จึงนำรูปนางละเวงไปให้พระอภัยมณี เมื่อพระอภัยมณีเห็นก็หลงรัก พระ

อภัมณีให้นำทหารทัพเจ้าละมานไปปล่อยเกาะเพื่อมิให้กลับมาทำสงครามได้อีก เจ้าละมานเสียใจมากที่พ่ายแพ้และเสียดายรูปนางละเวงจนตาย วิญญาณจึงเข้าสิงรูป ทำให้พระอภัยมณีหลงรูปนางละเวงจนเสียจริต สุวรรณมาลีพยายามทำลายรูป แต่รูปนั้นมีวิญญาณสิงอยู่ทำให้ทำลายรูปไม่ได้ สุดสาครพักอยู่ที่เมืองการเวกเป็นเวลานานก็รู้สึกคิดถึงบิดาจึงทูลลาท้าวสุริโยทัยเจ้าเมืองการเวกออกตามหาพระอภัยมณี การเดินทางครั้งนี้มีเสาวคนธ์และหัสไชย ธิดาและโอรสของท้าวสุริโยทัยตามไปด้วย ระหว่างทางผ่านเกาะกาวิน ผีเสื้อยักษ์โฉบเสาวคนธ์และหัสไชยไป สุดสาครฆ่าผีเสื้อยักษ์ได้แก้วตาวิเศษสองดวง มอบให้น้องคนละดวงเพื่อป้องกันตัว จากนั้นเดินทางมาถึงเมืองผลึก เป็นเวลาเดียวกับที่พระอภัยมณีกำลังหลงรูปนางละเวง และมีทัพหลายทัพที่อาสานางละเวงมาตีเมืองผลึกล้อมเมืองอยู่ สุดสาครได้ช่วยสุวรรณมาลีรบ และได้พบศรีสุวรรณและสินสมุทรซึ่งเดินทางมาช่วยรบและได้แก้ไขพระอภัยมณีจนพ้นจากอาการคลุ้มคลั่งหลงรูปวาด จากนั้นทั้งหมดก็ได้ช่วยรบกับกองทัพอาสาของนางละเวงถึงเก้าทัพคือ ทัพวิลยา ชวา ฉวี ละเมด มลิกัน สำปั้นหนา กะวิน จีนตั๋ง และอังกุลา จนได้ชัยชนะ หลังเสร็จศึกสุดสาครทูลลาพระอภัยมณีกลับเมืองการเวก ส่วนพระอภัยมณียกทัพไปตีเมืองลังกาเป็นการตอบแทน นางละเวงให้เจ้าเซ็นระคำและเจ้ามะหุดออกมารบ แต่ถูกทัพผลึกตีพ่ายไป สินสมุทรถูกปืนข้าศึกยิงตกน้ำ ครั้นน้ำขึ้นร่างกายถูกพัดไปเกยหาดเมื่อถูกแดดก็ฟื้น และถอบเข้าไปในเมืองใหม่ เห็นนางละเวงก็เข้าจับแต่จับไม่ได้ เพราะนางละเวงมีตราพระราหูคุ้มครอง นางละเวงหนีกลับเมืองและตั้งค่ายกลตามตำราที่พระสังฆราชสอนไว้ และทำรถกลมีรูปนางละเวงนั่ง ศรีสุวรรณและสินสมุทรออกรบติดค่ายกลของนางละเวง พระอภัยมณีเห็นเสียทีจึงเป่าปี่ห้ามทัพ ทหารในกองทัพทั้งสองฝ่ายได้ยินเสียงปี่ก็หลับหมด นางละเวงมีตราราหูคุ้มกันไว้จึงไม่หลับ ขี่ม้าออกรบกับพระอภัยมณี พระอภัยมณีเห็นนางละเวงก็เกิดความรักจึงเป่าปี่เกี้ยวนางละเวง นางละเวงได้ฟังเสียงปี่ก็หลงรักพระอภัยมณีแต่ก็หักใจควบม้าหนี ระหว่างทางได้ดินถนันที่เรียกว่า นมพระธรณี ซึ่งเป็นของวิเศษหากกินเข้าไปก็จะมีผิวพรรณผ่องใส และได้พบบาทหลวงปีโปแห่งบ้านสิกคาร นำนางละเวงขอยุพาผกาและสุลาลีวันซึ่งเป็นเด็กกำพร้าที่บาทหลวงปีโปเลี้ยงไว้ นำกลับไปเป็นลูกที่ลังกา และเมื่อเดินทางมาถึงปากาลวัน นางละเวงก็ได้อ้ายย่องตอดผีดิบมาเป็นทหารรับใช้ด้วย ส่วนพระอภัยมณีหลังจากนางละเวงหนีไปแล้วก็ยึดเมืองใหม่ของลังกาได้ จากนั้นยกทัพเข้าตีด่านดงตาล นายด่านเสียชีวิต รำภาสะหรีลูกสาวนายด่านหนีไปเฝ้านางละเวงที่ลังกา นางละเวงให้ยุภาผกาและสุลาลีวันยกทัพไปรักษาด่านเจ้าเขาประจันได้สู้รบกับเมืองผลึกอย่างเป็นสามารถแต่ไม่อาจเอาชนะได้ นางละเวงคิดจะหย่าศึก ปรึกษาสังฆราช สังฆราชออกอุบายให้นาง

ละเวงลวงพระอภัยมณีให้เป่าปี่แล้วเผากองทัพเมืองผลึกเสีย แต่นางละเวงนั้นรักพระอภัยมณีจึงปรึกษายุภาผกา ยุภาผกาเปิดสารที่บาทหลวงปีโปให้ไว้ออกดู ก็รู้ว่าเป็นชะตากรรม นางละเวงจึงออกอุบายให้ยุภาผกา ยกทัพออกไปหาพระอภัยมณี ให้พระอภัยมณีเป่าปี่เพื่อสะกดทัพแล้วพาพระอภัยมณีไปหานางละเวง พระอภัยมณีจึงเป่าปี่ ทำให้ทัพทั้งหมดหลับไปแล้วพระองค์กับยุภาผกาขึ้นรถนางละเวงไปเมืองลังกา ส่วนนางรำภาสะหรีก็ตัดหัวทหารที่มีหน้าตาคล้ายพระอภัยมณีส่งไปให้สังฆราชสังฆราชคิดว่าพระอภัยมณีตายก็เก็บศพไว้ แล้วส่งสารไปยังศรีสุวรรณว่าจับพระอภัยมณีได้แล้ว ให้เมืองผลึกเลิกทัพกลับไปแล้วจะปล่อยพระอภัยมณีส่วนศรีสุวรรณเมื่อตื่นขึ้นมาไม่เห็นพี่ ก็ให้คนไปสืบและลอบเข้าไปนำศีรษะที่สังฆราชเก็บไว้ออกมาได้ คิดว่าเป็นพระอภัยมณีก็เสียใจ พอดีกับที่ทูตนำหนังสือจากสังฆราชมาให้ จึงจับทูตขังไว้แล้วให้สินสมุทรปลอมตัวเป็นทูตเข้าด่าน สินสมุทรจุดไฟเผาด่านและเปิดประตูรับกองทัพเมืองผลึก กองทัพลังกาแตกพ่าย สังฆราชหนีไป ศรีสุวรรณค้นหาศพที่สังฆราชเก็บไว้จนพบ ก็รู้ว่าไม่ใช่พระอภัยมณี จึงยกทัพล้อมลังกาไว้ นางละเวงต้องการให้เลิกศึกจึงให้พระอภัยมณี ส่งสารไปถึงศรีสุวรรณว่าจะอยู่ลังกา ขอให้ศรีสุวรรณนำทัพกลับเมืองผลึกไป ศรีสุวรรณกับสินสมุทรจึงออกอุบายว่าพ่อแม่ส่งสารมาถึงและขอเฝ้าพระอภัยมณี ต่อมาศรีสุวรรณและสินสมุทรได้เข้าเฝ้าพระอภัยมณีที่ลังกา นางละเวงเห็นว่าทั้งสองเป็นผู้นำทัพ หากได้ตัวไว้ศึกก็จะสงบ จึงให้รำภาสะหรีและยุภาผกาทำเสน่ห์ไว้ไม่ให้กลับออกไป พราหมณ์ทั้งสามไม่เห็นศรีสุวรรณและสินสมุทรออกมาจึงส่งสารไปถึงนางสุวรรณมาลีให้ส่งคนมาช่วย นางสุวรรณมาลีส่งสารไปถึงนางเกษราและสุดสาครแล้วนางก็พาลูกเดินทางไปลังกา สุดสาครเมื่อได้รับสารก็รีบยกทัพไปช่วยพร้อมกับหัสไชย สุวรรณมาลีส่งสารไปถึงพระอภัยมณี นางละเวง ศรีสุวรรณ และสินสมุทร ฝ่ายนางละเวงได้รับสารก็มีสารโต้ตอบกลับมา สุวรรณมาลีได้รับสารตอบก็แค้นใจจะยกทัพเข้าลังกา แต่สุดสาครห้ามไว้และอาสาเข้าไปแก้เสน่ห์ในวัง แต่กลับถูกเสน่ห์ของนางสุลาลีวันเข้าอีกคน สุวรรณมาลีจึงส่งสารไปเมืองการเวกและเมืองรมจักร ท้าวทศวงศ์แห่งเมืองรมจักรยกทัพมากับนางอรุณรัศมี ส่วนท้าวสุริโยทัยเจ้าเมืองการเวกยกทัพมาพร้อมกับเสาวคนธ์และพราหมณ์ทิศาปาโมกข์โลกเชษฐ์ พราหมณ์ทิศาปาโมกข์ให้หัสไชยนำธงยันต์ไปแก้เสน่ห์ พาสินสมุทร และสุดสาครออกมาได้ แต่ยุภาผกาและสุลาลีวันให้สังฆราชช่วยแก้ให้และให้ย่องตอดสะกดทัพลักพาสินสมุทรและสุดสาครกลับไป แล้วเขียนสารปลอมของสุดสาครตัดรักนางเสาวคนธ์ ทำให้นางเสาวคนธ์โกรธมากปลอมตัวเป็นชาวสิงหลไปหน้าป้อม ยิงแก้มสุลาลีวันด้วยธนู นางละเวงเห็นสุลาลีวันบาดเจ็บก็โกรธมากสั่งยกทัพออกตีค่ายนางสุวรรณมาลีกลางดึก ทัพเมืองการเวกเข้าช่วยสุวรรณ

มาลี ตีทัพเมืองลังกาแตกพ่าย พระอภัยมณีเป่าปี่เรียกนางละเวงแล้วคบคิดกับนางละเวงตีทัพเมืองผลึกโดยจะเป่าปี่ให้ทัพเมืองผลึกหลับแล้วเผา แต่เมื่อทัพลังกายกออกมา ทิศาปาโมกข์ให้ทหารเอาขี้ผึ้งอุดหู แล้วทำพิธีอันเชิญโยคีจากเกาะแก้วพิสดารมาช่วย และในขณะที่ทหารทั้งสองฝ่ายกำลังรบกันอย่างเอาเป็นเอาตายนั้น พระโยคีก็มาเทศนาให้สงบศึก ทุกฝ่ายสำนึกในความผิดของตน และให้สัตย์ว่าจะรักกัน นางละเวงพาทุกคนไปเที่ยวชมเขาโคตรเพชร นางเสาวคนธ์ขอโคตรเพชรจากนางละเวง นางละเวงก็ประทานให้ขณะที่กำลังขุดโคตรเพชร แผ่นดินเมืองลังกาก็ไหวเพราะโคตรเพชรเป็นของดีประจำเมือง เมื่อเสร็จศึกพระอภัยมณีกลับเมืองผลึก แล้วอภิเษกสินสมุทรกับอรุณรัศมี แต่อรุณรัศมีได้ให้สัตย์ด้วยความโกรธสินสมุทรไว้ว่าจะไม่แต่งงาน นางจึงไม่ยอมเข้าหอ ทำให้สินสมุทรป่วยเป็นไข้ใจ ท้าวทศวงศ์จึงให้อรุณรัศมีไปพยาบาล ส่วนเสาวคนธ์เมื่อรู้ว่าจะต้องอภิเษกกับสุดสาครก็ปลอมตัวเป็นฤาษีชื่อพระอัคนี หนีไปจนถึงเมืองวาหุโลม ได้ต่อสู้กับเจ้าเมืองและตีเมืองได้ สุดสาครติดตามเสาวคนธ์ไปถึงเมืองวาหุโลม และได้นางเสาวคนธ์เป็นชายาที่เมืองลังกา เมื่อพระอภัยมณีเสด็จกลับไปแล้ว นางละเวงมีโอรสชื่อมังคลา รำภาสะหรีมีโอรสชื่อวลายุดา ยุภาผกามีโอรสชื่อว่าวายุพัฒน์ และสุลาลีวันมีโอรสชื่อว่าหัสกัน นางละเวงมอบให้มังคลาครองเมือง สังฆราชยุให้มังคลาไปชิงโคตรเพชรคืนจากนางเสาวคนธ์ มังคลาจึงให้หัสกันและวายุพัฒน์ยกทัพไปตีเมืองการเวก และได้ชิงโคตรเพชรคืนไปลังกา ท้าวสุริโยทัยจึงส่งสารไปแจ้งข่าวที่เมืองผลึก ขณะนั้นพระอภัยมณีไปงานศพท้าวสุทัศน์ที่เมืองรัตนา หัสไชยซึ่งพักอยู่ที่เมืองผลึกจึงรีบกลับเมืองการเวก สุวรรณมาลีส่งสารไปถึงนางละเวง แต่สารถูกมังคลาชิงไป มังคลาให้วายุพัฒน์และหัสกันยกทัพไปตีเมืองผลึก ทัพลังกายกมาตีเมืองผลึกและจับสุวรรณมาลี สร้อยสุวรรณ และจันทร์สุดาไปกักขังไว้ที่ด่านดงตาล จากนั้นมังคลาให้วลายุดายกทัพไปตีเมืองรมจักร พระกฤษณาโอรสของศรีสุวรรณกับนางศรีสุดา ยุขันธ์บุตรพราหมณ์สานนมะหุดบุตรพราหมณ์วิเชียรและมังกรบุตรพราหมณ์โมรา ยกทัพต่อสู้แต่วลายุดาก็สามารถหลบหนี นำท้าวทศวงศ์และมเหสีไปขังไว้ที่ด่านดงตาลได้ สุดสาครและเสาวคนธ์ทราบข่าวลังกายกทัพมาเผาเมืองการเวกจึงยกทัพไปเมืองลังกาเช่นเดียวกับหัสไชยที่ทราบว่าสุวรรณมาลีและสร้อยสุวรรณ จันทร์สุดาถูกจับก็ยกทัพไปลังกา รบกับวายุพัฒน์และหัสกันตั้งแต่เช้าจนค่ำไม่มีใครแพ้ชนะ ทัพลังกาจึงกลับเข้าเมือง พอตกดึกหัสไชยยกพลมาตีทัพลังกาขณะกำลังหลับ รบกันถึงรุ่งเช้าพอดี สุดสาครยกทัพมาถึงจึงช่วยหัสไชยรบ มังคลารบแพ้หนีไปอยู่ที่ด่านเขาเจ้าประจัน นางละเวงเมื่อทราบข่าวศึกก็โกรธลูกมาก จึงรีบออกไปช่วยสุวรรณมาลี สร้อยสุวรรณ จันทร์สุดา ท้าวทศวงศ์ และมเหสีที่ถูกขังอยู่ แล้วเชิญไปอยู่ที่ลังกา พระอภัยมณีและ

ศรีสุวรรณเมื่อเสร็จงานศพท้าวสุทัศน์ทราบข่าวการศึกจึงยกทัพไปเมืองลังกาและส่งสารขอให้มังคลายอมแพ้แต่โดยดี แต่มังคลาไม่ยอมจึงรบกัน สังฆราชเห็นว่ามังคลาคงจะแพ้ศึก จึงเผาเมืองลังกา แล้วออกไปพบมังคลา จากนั้นจึงวางกลหุ่นพระอภัยมณี ศรีสุวรรณ สินสมุทร สุดสาคร และเสาวคนธ์ ผูกติดไม้กางเขนเพื่อห้ามทัพนางละเวง นางละเวงจึงถอยทัพกลับ ต่อมาวางกลหุ่นสุวรรณมาลี สร้อยสุวรรณ จันทร์สุดา และหัสไชย เพื่อห้ามทัพพระอภัยมณี พระอภัยมณีจึงเป่าปี่เพื่อจับมังคลาและพรรคพวก มังคลามีตราราหูจึงหนีไปสังฆราช ส่วนวลายุดา วายุพัฒน์ และหัสกันถูกจับ แต่ภายหลังพระอาจารย์ของแต่ละคนช่วยให้หลบหนีไปได้ พระอภัยมณีเข้าเมืองลังกาอภิเษกสุดสาครกับนางเสาวคนธ์และหัสไชยกับสร้อยสุวรรณ จันทร์สุดา หลังงานอภิเษกศรีสุวรรณพาท้าวทศวงศ์กลับเมืองรมจักร หัสไชยพาสร้อยสุวรรณ จันทร์สุดากลับเมืองการเวก สินสมุทรได้ครองเมืองผลึก สุดสาครได้ครองเมืองลังกา ส่วนพระอภัยมณีน้อยใจสุวรรณมาลีและนางละเวงจึงตัดกิเลสทางโลก ออกบวชเป็นฤาษี โดยมีนางสุวรรณมาลีและนางละเวงร่วมบวชเป็นชีรับใช้พระอภัยมณีอยู่ที่เขาสิงคุตร

คำศัพท์

พลับพลา（供国王休息用的）彩棚，彩篷

หอก 矛，枪

โจร 贼，强盗

เทศน์มหาชาติ 诵讲《本生经》

กัณฑ์（佛经的）卷，章，节

เลื่อมใส 信仰，虔诚

สึก［佛］还俗

พราก 分离

เบียดเบียน 侵害，损害

อุบาย 计谋

แตกตื่น（畜群）惊跑，惊散

ประหารชีวิต 处死，处决

ไข้ป่า＝ไข้จับสั่น 疟疾

เทศน์ 讲经

กัณฑ์เทศน์《本生经》中的章节

ผ้าสไบ（旧时泰国妇女斜披围胸用的）披巾，披带

สู่ขอ 求婚

แม่ทัพ［军］统帅，主帅

ขรัวตา 师父，对高龄和尚的尊称

ด่าทอ 对骂

บรรดาศักดิ์（国王封赐的）爵位，爵衔（分五等：เจ้าพระยา 昭披耶、พระยา 披耶、พระ 拍、หลวง 銮、ขุน 坤）

มหาดเล็ก（王室或宫廷的）侍从，国王的侍从

ตระเวน 巡视，周游，游行示众

แก้แค้น 报仇，复仇

นอบน้อม 毕恭毕敬，尊重

ถึงกับ 甚至，以

ผีพราย 巫师所豢养的鬼魅

แสนรู้ 机智，机灵

ตัวจำนำ 人质

เร่ร่อน 流浪，漂泊

กริ้ว［王］生气，发怒

ฉุด 拉，拽，拖

ลอบ 偷偷

วิวาท 争吵，口角

ลังเล 犹豫，踌躇

เพชรฆาต 死刑执行人，刽子手

หลงไหล 沉迷，神魂颠倒

คบคิด 同谋，合谋，共谋

ไต่สวน 审讯，讯问

เนรเทศ 流放，放逐

หม้าย 孀，寡妇

สะท้าน 震动，洪亮

ก้าวร้าว 冒犯，冲撞

ตรัส［王］谕，言，说

ริบ 没收

กุมารทอง 金童雕像（刻有留顶髻童子的灵物）

รักใคร่ 爱慕，爱戴

คงกระพัน 刀枪不入

เสก 念咒作法

ห้ามปราม 阻止，劝阻

เป็นกบฏ 造反，作乱

มอบตัว 自首，投案

ปรนนิบัติ 服侍，伺候

เวทมนตร์ 符咒，咒语

รั้ง 等待；代行（职务）

ฎีกา 诉状

เคราะห์ 运气；恶运

เลื่อน 晋升，提升

ลำเลิก 取消，撤销；旧时重提

ผีเปรต（偷吃佛寺供品的）畸形饿鬼

ลุยไฟ 蹈火（古诗用来考验女子贞洁的仪式）

ปราบ 征剿，平息

แสวงหา 寻找

นายฤทธิ์ 国王侍从长

ทิศาปาโมกข์ 名师，遐迩闻名的导师

ตำลึง 两（货币和重量单位）

ระหกระเหิน 颠沛流离，历尽艰辛

ยนต์ 机器，机械

เงือก［神］人鱼

เหาะ 腾飞

สะเดาะเคราะห์ 消灾，避凶

อภิเษก 典礼

ร่ายเวทย์ 念诵吠陀经

ปลงศพ 埋葬，焚化

ไตรเพท 三吠陀（婆罗门教早期的三部经典：

ฤคเงท ยัชุรเวท สามเวท）

ไม้เท้า 拐杖

เหว 深谷

ทัพหน้า 先锋部队

กระอักเลือด 吐血

สังฆราช 僧王

ยาแฝด 迷魂药

กิตติศัพท์ 名声，声望

เสียจริต 精神失常，发疯

คลุ้มคลั่ง 狂暴；精神错乱

ตรา 印章，牌

กระบอง 短棒，短棍

ร่ำเรียน 求学

พราหมณ์ 婆罗门（印度四种性中的第一种），

精通吠陀经经的祭司

นปวน 心绪不安

อ้อนวอน 恳求，央求

ทำนาย 预测，语言

ถ่วงเวลา 拖延时间

คู่ครอง 配偶，伉俪

สังหาร 杀害，消灭

ชีปะขาว（耆那教的）白衣派，白衣修行者

สนม 妃嫔，妃子

ชีเปลือย（耆那教的）天衣派，天一修行者

ทัพหลวง 主力部队

วาจา 言语

สิง（鬼魂）附身

ทำเสน่ห์ 施迷魂术

ป้อมปราการ 堡垒

พร่ำเพ้อ 胡言乱语

โฉบ 飞下攫取

เกย 供国王上下车、马、象用的台阶

พระราหู 罗睺

ค่ายกล 迷魂阵

คุ้มครอง 保护

หักใจ 克制，抑制感情

ผ่องใส 晶莹

ยึด 占领

ลวง 诱骗

สะกด 催眠，使沉睡

ชาวสิงหล 锡兰人

อุด 堵，封

โคตร 华盖

หุ่น 木偶

ดินถนัน 一种可延年益寿的药用泥土

บาทหลวง（天主教、东正教的）神甫，神父

หย่าศึก 停战，停火

ชะตากรรม 命运，运气

ย่องตอด 偷偷进来偷窥

คบคิด 合谋

เทศนา 讲经

ไข้ใจ 相思病，心病

ไม้กางเขน 十字架

กิเลส［佛］烦恼，欲望

แบบฝึกหัด

ตอนที่ ๑ จงเลือกคำตอบที่ถูกต้องเพียงข้อเดียว

๑. เรื่องขุนช้างขุนแผนมีตัวละครที่สำคัญกี่คน

ก. ๕ ข. ๔ ค. ๓ ง. ๘

๒.ทีแรกวันทองแต่งงานกับใคร

ก. ขุนช้าง ข. ขุนแผน ค. พรายแก้ว ง. ไกรทอง

๓.ทำไมนางพิมพิลาไลยเปลี่ยนชื่อ

ก. เพราะเขาไม่ชอนชื่อพิมพิลาไลย

ข. เพราะแม่เขาให้เปลี่ยน

ค. เพราะเขาป่วยหนัก ขรัวตาจูวัดป่าเลไลยแนะนำให้เปลี่ยนชื่อ

ง. เพราะเขารู้สึกว่าชื่อวันทองไพเราะมากขึ้น

๔.เมื่อขุนแผนกลับแล้ว เขาใช้วิธีใดเรียกวันทองออกมาพบเขา

ก. ร้องดังๆ

ข. เขาผ่าท้องนางควักเอาเด็กไปทำพิธีปลุกเสกเป็นกุมารทอง

ค. เขาวางยาพิษให้วันทองกิน

ง. ไวกเขานัดพบวันนี้

๕.ลูกชายของศริมาลาชื่ออะไร

ก. พลายเพชร ข. พลายยง ค. พลายงาม ง. พลายชุมพล

ตอนที่ ๒ จงพิจารณาดูว่าประโยคข้างล่างถูกหรือผิด

๑. ขุนช้างเกิดที่ครอบครัวยากจน ( )

๒. ขุนแผนมีภรรยาทั้งหมด ๓ คน ( )

๓.พลายแก้วอายุ ๑๖ ปีก็ไปบวชเณรเรียนวิชา ( )

๔.ในหลวงบังคับวันทองแต่งงานกับขุนช้าง ( )

๕.คุณพ่อของพลายงามคือขุนช้าง ( )

๖. นางผีเสื้อสมุทรไม่ใช่มนุษย์ ( )

๗.ลูกของพระอภัยมณีชื่อสินสมุท ( )

๘.ท้าวอุเทนกษัตริย์เมืองชวามาสู่ขอนางเกษราท้าวทศวงไม่ยอมให้เพราะกษัตริย์เป็นต่างชาติเท่านั้น ( )

๙.สุดสาครในสุดท้ายได้นางเสาวคนร์ตามที่ปรารถนาแล้ว ( )

ตอนที่ ๓ จองตอบคำถามต่อไปนี้ให้ถูกต้อง

๑.ของวิเศษที่นางวันทองหาคืออะไร

๒. ภรรยาคนแรกของพลายงามคือใคร

๓. ใครเป็นคนอาสาสมัครปราบจระเข้

๔. อ่านเรื่องนี้เสร็จแล้วนักศึกษารู้สึกว่าอย่างไร

๕.. พระอภัยมณีและศรีสุวรรณได้ออกเดินทางจากบ้านเมืองเพื่อเรียนอะไร

๖. สุดท้ายพระอภัยมณีเรียนวิชาอะไร

๗.ศรีสุวรรณเรียนวิชาอะไร

๘. พระอภัยมณีและศรีสุวรรณไปถึงริมฝั่งทะเลพบกี่คน เมื่อพระอภัยมณีพบกับนางสุวรรณมาลีแล้ว พวกเขาพบเรื่องยุ่งยากอะไรบ้าง

๙.ความสำพันธ์ระหว่างสินสมุทรกับนางสุวรรณมาลีเป็นอย่างไร

๑๐.นักศึกษารู้สึกว่าพระอภัยมณีเป็นคนอย่างไร

๑๑. พระอภัยมณีกับนางสุวรรณมาลีพบกันอย่างไร

๑๒.ทำไมพระอภัยมณีตกลงทำสงครามโดยอาศัยการเขียนเพลงยาวถึงนางละเวง

๑๓.ตัวละครเอกผู้ชายฝ่ายเมืองผลึกมีใครบ้าง

ตอนที่ ๔ จงฟังบันทึกเสียงเรื่องขุนช้างขุนแผนแล้วหัดเล่าเรื่องย่อให้เพื่อนๆ ในห้องฟัง

ตอนที่ ๕ อ่านเรื่องพระอภัยมณีแล้ว คุณได้ข้อคิดอะไรบ้าง

บทที่ ๖ นิทานพื้นบ้านประจำ ๔ ภาคของไทย

民间文学亦称“民间口头文学”或“口承文学”，属“语言民俗”。民间文学是人民大众的语言艺术。它运用口头语言充分发挥其丰富的表演功能和概括能力，创造各种艺术形象，展示瑰丽的想象，表现出高尚的审美趣味和深刻的理性认识，这是民间文学区别于其他民俗事象的艺术特性。民间文学不是作家文学，它与作家文学比较，有很多不同之处，如古代民间文学直面听众除了语言传播外，还有讲述者的语调、唱曲、表情、动作，甚至即兴创作、与听众互动等。它既是文学创作，又是一种独特的民俗活动，它还是作家文学的母体。

由于拥有独特的人文自然环境和优越的地理位置，泰国民间文学表现出多元共存、有机融合的特征，同时又具有鲜明的层次性，题材丰富，体裁多样，堪称泰国民族文化的活化石。由于泰族文字创制较晚，因此泰国具有非常发达的口承传统，民间文学对作家文学的形成和发展都产生了深远的影响。

泰国民间文学按文体分，可分三大类，即民间故事、民间歌谣、民间说唱。它与中国民间文学的分类有些不同，具有以下 3 个特点：一是古代民间文学宗教特色浓厚，二是民间故事中有些来自国外民间故事，三是大部分作品以诗歌或散文写成，采用的是诗歌体散文形式。

民间故事，泰语为 นิทานพื้นบ้าน，意即“乡土故事”，相当于中国的散文口头叙事文学，包括神话、传说和各种民间故事。泰国民间故事按照地理位置划分为四大类，即北部民间故事、中部民间故事、东北部民间故事和南部民间故事。下面，将从这 4 类民间故事中选取 4 个典型的民间故事来做详细介绍。

🕮 พระลอ (ภาคเหนือ)

ความเป็นมา

แต่เดิมในชั้นต้นเข้าใจกันว่าลิลิตพระลอแต่งในสมัยพระนารายณ์ฯ กวีผู้แต่งคือพระมหาราชครู ต่อมาภายหลังกรมพระยาดำรงราชนุภาพ ดำริว่าลิลิตพระลอเป็นเรื่องเก่า น่าจะแต่งก่อนสมัยพระนารายณ์ฯ เพราะคนในสมัยพระนารายณ์ฯ รู้จักลิลิตพระลอเป็นอย่างดี

ผู้แต่งและปีที่แต่ง

ทั้งเรื่องผู้แต่งและปีที่แต่ง ไม่ปรากฏหลักการหรือข้อความระบุที่ชัดเจน แต่อาจอาศัยเนื้อเรื่องที่ระบุถึงสงครามระหว่างไทยและเชียงใหม่มาเป็นจุดอ้างอิง ซึ่งเดิมนั้นเชื่อว่าน่าจะแต่งขึ้นในสมัยสมเด็จพระนารายณ์มหาราช (พ.ศ.๒๑๙๙-๒๒๓๑) แต่ไม่ปรากฏหลักฐานชัดเจน และเป็นที่ถกเถียงกันมาจวบจนปัจจุบันนักวิจารณ์วรรณคดีส่วนใหญ่ลงความเห็นว่า ลิลิตพระลอแต่งขึ้นในสมัยอยุธยาแน่ แต่ยังมีบางท่านเสนอเวลาที่ใหม่กว่านั้น ว่าน่าจะแต่งขึ้นในสมัยต้นกรุงรัตนโกสินทร์ แต่ยังมีผู้คล้อยตามไม่มากนัก

คุณค่า

๑.ชี้ให้เห็นอารมณ์และกิเลสของมนุษย์ เข้าใจลึกซึ้งยิ่งขึ้น เพราะลิลิตพระลอถ่ายทอดมาจากชีวิตจริงอย่างเห็นได้ชัดเจน วรรณคดีเรื่องนี้เป็นเรื่องเกี่ยวกับความรัก มีความรักหลายประเภท แต่ละประเภทมีความสำคัญไม่ยิ่งหย่อนกว่ากัน กวีแสดงให้เห็นชัดว่า ความรักความหลงมีอำนาจใหญ่หลวงพ้นวิสัยจะหลีกหนีได้ ถึงกับยอมทุกอย่างเพื่อให้สมความปรารถนาในเรื่องความรัก แสดงถึงความรักอันลึกซึ้งของแม่ที่มีต่อลูก ถึงกับยอมสละทุกอย่างเพื่อความสุขของลูก แสดงถึงความรักระหว่างเจ้ากับข้า ถึงกับยอมสละชีวิตเป็นราชพลีด้วยความเต็มใจ ความรักของบุคคลทุกประเภทในลิลิตพระลอล้วนมีอิทธิพลยิ่งใหญ่ รุนแรงเหนือการดำเนินชีวิตของบุคคล มีอำนาจลิขิตชีวิตของบุคคลสำคัญในเรื่องแต่ละคน

๒. เป็นแบบอย่างในการเขียนสมัยต่อมาของวรรณคดีเรื่องต่างๆ ไม่ว่าจะเป็นโคลงครู "เสียงฦๅ เสียงเล่าอ้าง" หรือการแต่งลิลิตตะเลงพ่ายของกรมพระปรมานุชิตชิโนรสหรือเสภาขุนช้างขุนแผน ตอนขุนแผนชมม่านนางวันทอง

๓. ในลิลิตพระลอ กวีใช้เทคนิคการเล่นคำได้อย่างไพเราะ ไม่ว่าจะเป็นลักษณะการซ้ำเสียงพยัญชนะและซ้ำคำ ซึ่งปรากฏอยู่ในเนื้อความที่เกี่ยวกับบทชมความงามและบทกวี

เรื่องย่อ

ท้าวแมนสรวงเป็นกษัตริย์ของเมืองแมนสรวง พระองค์มีพระมเหสีทรงพระนามว่า " นาฏบุญเหลือ " ทั้งสองพระองค์มีพระโอรสมีพระนามว่า " พระลอดิลกราช " หรือเรียกกันสั้นๆว่า " พระลอ"มีกิตติศัพท์เป็นที่ร่ำลือกันว่าพระองค์นั้นทรงเป็นชายหนุ่มรูปงามไปทั่วสารทิศจนไปถึงเมืองสรอง (อ่านว่า เมืองสอง) ซึ่งเป็นเมืองที่ถูกปกครองโดยท้าวพิชัยวิษณุกร พระองค์มีพระนามว่า " พรดาราวดี " และพระองค์ทรงมีพระธิดาผู้เลอโฉมถึงสองพระองค์พระนามว่า " พระเพื่อน " และ " พระแพง "

พระเพื่อนและพระแพงได้ยินมาว่า พระลอเป็นชายหนุ่มรูปงาม ก็ให้ความสนใจอยากจะได้ยล พี่เลี้ยงของพระเพื่อนและพระแพงคือนางรื่นและนางโรยสังเกตเห็นความปรารถนาของนายหญิงของตนก็เข้าใจในพระประสงค์ สองพี่เลี้ยงจึงอาสาจะจัดการให้นายของตนนั้นได้พบกับพระลอ โดยการส่งคนไปขับซอในนครแมนสรวง และในขณะที่ขับซอนั้นจะให้นักดนตรีพร่ำพรรณนาถึงความงามของเจ้าหญิงทั้งสอง ในขณะเดียวกันนั้นพี่เลี้ยงทั้งสองก็ได้ไปหาปู่เจ้าสมิงพราย เพื่อที่จะให้ช่วยทำเสน่ห์ให้พระลอหลงใหลในเจ้าหญิงทั้งสอง เมื่อพระลอต้องมนต์ก็ทำใคร่อยากที่จะได้ยลพระเพื่อนและพระแพงเป็นยิ่งนัก พระองค์เกิดความคลั่งไคล้ไหลหลงจนไม่เป็นอันทำอะไรแม้แต่กระทั่งเสวยพระกระยาหาร พฤติกรรมที่เปลี่ยนไปของพระองค์ได้ทำให้พระราชชนนีสงสัยว่าจะมีผีมาเข้ามาสิงสู่อยู่แต่ถึงแม้ว่าจะหาหมอผีคนไหนมาทำพิธีขับไล่ก็ไม่มีผลอันใด พระลอก็ยังคงมีพฤติการณ์อย่างเดิมอยู่เพื่อที่จะได้ยลเจ้าหญิงทั้งสองพระลอจึงทูลลาพระราชชนนีออกประพาสป่า แต่จุดประสงค์ที่แท้จริงก็คือเพื่อที่จะได้ไปยลเจ้าหญิงแห่งเมืองสรองนั่นเอง จากนั้นพระลอก็ออกเดินทางมุ่งหน้าสู่เมืองสรองพร้อมคนสนิทอีก ๒ คน คือนายแก้ว กับนายขวัญ พร้อมกับไพร่พลอีกจำนวนหนึ่ง ทั้งหมดต้องเดินผ่านป่าผ่าดงจนกระทั่งมาพบแม่น้ำสายหนึ่งมีชื่อว่า " แม่น้ำกาหลง "

และที่แม่น้ำกาหลงนี้เอง ที่พระลอได้ตั้งอธิฐานเสี่ยงน้ำเพื่อตรวจดูดวงชะตาของพระองค์เองทันทีที่ได้สิ้นคำอธิษฐานนั้น แม่น้ำก็เปลี่ยนเป็นสีแดงเลือดในทันทีและไหลเวียนวนผิดปกติ เมื่อพระลอเห็นดังนั้นก็รู้ได้ว่าจะมีเรื่องร้ายรออยู่เบื้องหน้าของพระองค์ แต่ก็ไม่ได้ทำให้พระองค์เกิดความย่อท้อที่จะได้พบกับเจ้าหญิงที่พระทัยของพระองค์เรียกร้องแต่อย่างใด ถึงแม้ว่าพระองค์นั้นจะไม่เคยพบนางเลย แต่พระองค์คลั่งไคล้ไหล หลงในตัวนางทั้งสองเป็นยิ่งนัก ส่วนเจ้าหญิงทั้งสองรอการเดินทางมาของเจ้าชายรูปงามไม่ได้และเกรงว่ามนต์เสน่ห์ของปู่เจ้าสมิงพรายจะไม่เห็นผล จึงได้ขอร้องให้ปู่เจ้าสมิงพรายช่วยเหลืออีกครั้ง โดยให้ช่วยเนรมิตไก่งามขึ้นตัวหนึ่งให้มีเสียงขันที่ไพเราะ ทั้งสองพระองค์คิดว่าไก่ตัวนั้นจะต้องทำให้พระลอ

สนพระทัยและติดตามาจนถึงเมืองสรองอย่างแน่นอน และแล้วเหตุการณ์ก็เป็นไปตามที่เจ้าหญิงสองคาดไว้ พระลอได้ตามไก่เนรมิตไปจนถึงพระราชอุทยาน และได้พบกับเจ้าหญิงทั้งสองซึ่งกำลังทรงสำราญอยู่ใน ทันทีที่ทั้งสามได้พบกันก็เกิดความรักใคร่กันในบัดดล และก็เป็นเวลาเดียวกับที่นายแก้วกับนายขวัญได้ตกหลุมรักของนางรื่นและนางโรยผู้ซึ่งเปิดหัวใจต้อนรับชายหนุ่มทั้งสองโดยไม่รีรอเช่นกัน ปรากฏว่าพระลอและบ่าวคนสนิทของพระองค์ลักลอบเข้าไปอยู่ในพระตำหนักชั้นในซึ่งเป็นที่ประทับของเจ้าหญิงทั้งสอง

อย่างไรก็ตาม ความลับนี้ได้ถูกเปิดเผยเข้าจนได้ เมื่อข่าวได้ไปถึงพระกรรณของพระราชาจึงได้เสด็จมาไต่สวนในทันที และเมื่อพระลอกราบทูลให้ทรงทราบเรื่อง พระองค์ก็ทรงกริ้วเป็นยิ่งนัก แต่ก็ทรงเข้าพระทัยในความรักของคนทั้งสาม และทรงจัดพิธีอภิเษกสมรสให้ทั้งสามพระองค์ทันที

ด้วยการอ้างเอาพระราชโองการของพระราชโอรสของพระนางคือ ท้าวพระพิชัยวิษณุกร พระเจ้าย่าจึงสั่งให้ทหารล้อมพระลอและไพร่พลเอาไว้ ในขณะที่พระลอกับไพร่พลได้ต่อสู้เอาชีวิตรอด พระนางก็สั่งให้ทหารระดมยิงธนูเข้าใส่ ลูกธนูที่พุ่งเข้าหาพระองค์และไพร่พลประดุจดังห่าฝนก็ไม่ปานจึงทำให้ไม่อาจจะต้านทานไว้ได้อีกต่อไป และเพื่อที่ปกป้องชีวิตของชายคนรักพระเพื่อนกับพระแพงจึงเข้าขวางโดยใช้ตัวเองเป็นโล่กำบังให้พระลอ ทั้งสามจึงต้องมาสิ้นพระชนม์ในอ้อมกอดของกันและกันท่ามกลางศพของบ่าวไพร่ ณ ที่ตรงนั้นเอง ทันใดนั้นทั้งสองเมืองก็ต้องตกอยู่ในความวิปโยคต่อการจากไปของทั้งสามพระองค์ผู้บูชาในรักแท้

ไกรทอง (ภาคกลาง)

ความเป็นมา

ไกรทอง เป็นนิทานพื้นบ้านภาคกลางของไทย ที่มีตัวเอกชื่อไกรทอง เล่าไว้หลายสำนวนด้วยกันภายหลัง พระบาทสมเด็จพระเลิศหล้านภาลัย รัชกาลที่ ๒ ได้ทรงพระราชนิพนธ์เป็นบทละครสำหรับละครนอก และได้ รับความนิยมยกย่องเป็นฉบับมาตรฐานฉบับหนึ่ง

ผู้แต่ง

พระบาทสมเด็จพระพุทธเลิศหล้านภาลัย (รัชกาลที่ ๒) ทรงพระราชสมภพเมื่อ พ.ศ. ๒๓๑๐ ทรงมีพระอัจฉริยภาพทางด้านศิลปะทั้งประติมากรรม สถาปัตยกรรม ดนตรี นาฏศิลป์ และวรรณคดี ทรงมีบทพระราชนิพนธ์มากมาย เช่น อิเหนา รามเกียรติ์ ไกรทอง คาวี บทเสภาเรื่องขุนช้างขุนแผน (บางตอน) ทำ

ให้องค์การศึกษาวิทยาศาสตร์และวัฒนธรรมแห่งสหประชาชาติ (UNESO) ประกาศยกย่องพระบาทสมเด็จพระพุทธเลิศหล้านภาลัยให้ทรงเป็นกวีดีเด่นประจำปี พ.ศ. ๒๕๑๑ นับว่าเป็นกวีเอกของโลกคนที่ ๓ ที่เป็นคนไทย

คุณค่า

๑.ในด้านวรรณศิลป์ คือคุณค่าในด้านการใช้ถ้อยคำที่ไพเราะ มีการบรรยาย การเปรียบ เทียบได้ชัดเจนทำให้ผู้อ่านเกิดจินตภาพ มีถ้อยคำสำนวนที่ให้แง่คิด คติสอนใจ ผู้อ่านสามารถนำไปประยุกต์ใช้ในชีวิตประจำวัน

๒.ในด้านสภาพชีวิตสมัยบรรพบุรุษ ทำให้ผู้อ่านได้ทราบสภาพชีวิต ความเป็นอยู่ ความรู้สึกนึกคิดของผู้คนและบ้านเมืองในสมัยนั้น และบางเรื่องกวีได้นำเรื่องราวทางประวัติศาสตร์มาเป็นข้อมูลในการแต่งซึ่งผู้อ่านสามารถนำมาเปรียบเทียบกับเหตุการณ์ในชีวิตประจำวันได้

๓.ในด้านอารมณ์ ทำให้ผู้อ่านเข้าใจธรรมชาติของมนุษย์ในเรื่องความรู้สึกและอารมณ์ต่างๆ ของตัวละคร ทั้งความดีใจ ความเสียใจ ความโกรธ ความรัก ความกลัว เป็นต้น ทำให้ผู้อ่านเกิดอารมณ์คล้อยตามหรืออารมณ์สะเทือนใจไปด้วย

๔.ในด้านศิลปะอื่นๆ วรรณคดีแต่ละเรื่องยังให้ความรู้ความเพลิดเพลินแก่ผู้อ่านในด้านศิลปะต่างๆ เช่น สถาปัตยกรรม จิตรกรรม เพลงละคร ภาพยนตร์ เป็นต้น

เรื่องย่อ

กาลครั้งหนึ่ง มีถ้ำทองเป็นที่อยู่ของจระเข้ ในถ้ำมีลูกแก้ววิเศษที่ส่องแสงดุจเวลากลางวัน จระเข้ทุกตัวที่เข้ามาในถ้ำจะกลายเป็นมนุษย์ มีท้าวรำไพเป็นจระเข้เฒ่าผู้ทรงศีล ไม่กินเนื้อมนุษย์และสัตว์ มีบุตรชื่อท้าวโคจร และท้าวโคจรมีบุตรชื่อ ชาละวัน วันหนึ่ง ท้าวโคจรเกิดทะเลาะวิวาทกับท้าวแสนตาและพญาพันวัง จระเข้ทั้งสามต่อสู้เพื่อแย่งชิงความเป็นใหญ่ สุดท้ายทั้งสามก็จบชีวิตลงจากบาดแผลที่เกิดจากการสู้รบกันหลังจากนั้น พญาชาละวัน บุตรของท้าวโคจร ก็ได้ขึ้นเป็นผู้ปกครองถ้ำบาดาลโดยไม่มีใครกล้าท้าทายอำนาจและได้จระเข้สาวสองตัวเป็นเมียคือ วิมาลากับเลื่อมลายวรรณ ด้วยความลุ่มหลงในอำนาจ ชาละวันจึงมีนิสัยดุร้ายต้องการกินเนื้อมนุษย์ และไม่รักษาศีลเหมือนท้าวรำไพผู้เป็นปู่แต่อย่างใด เพราะถือว่าตนเป็นผู้ปกครองถ้ำ มีอำนาจอยากจะทำอะไรก็ได้

ณ เมืองพิจิตร มีพี่น้องคู่หนึ่ง ชื่อนางตะเภาแก้วผู้เป็นพี่ และนางตะเภาทองผู้เป็นน้อง ทั้งสองเป็น

ธิดาของเศรษฐี วันหนึ่งทั้ง ๒ ลงไปเล่นน้ำในคลองที่ท่าน้ำหน้าบ้านกับบ่าวไพร่ด้วยความสนุกสนานอีกหลายคน ในเวลานั้น ชาละวัน ซึ่งกลายร่างเป็นจระเข้ยักษ์นิสัยอันธพาล ได้ออกจากถ้ำอาละวาดล่าหามนุษย์เป็นเหยื่อ สร้างความวุ่นวายไปทั่วเมือง และได้ว่ายน้ำผ่านมาเห็นตะเภาทองที่แม่น้ำหน้าบ้านเศรษฐี ก็เกิดความลุ่มหลงทันทีจึงคาบนางแล้วดำดิ่งไปยังถ้ำทองด้วยความเหิมลำพอง

เมื่อนางตะเภาทองฟื้นขึ้นมา ก็ตกตะลึกในความสวยของถ้ำ และได้เห็นพญาชาละวัน ซึ่งกลายร่างเป็นชายรูปงาม ชาละวันเกี้ยวพาราสีแต่นางไม่สนใจ ชาละวันจึงใช้เวทมนตร์สะกดให้นางหลงรักและยอมเป็นภรรยา เมียของชาละวันคือ วิมาลา และเลื่อมลายวรรณเห็นก็ไม่พอใจและหึงหวงแต่ก็ห้ามสามีไม่ได้ ท่านเศรษฐีเสียใจมาก จึงประกาศไปว่าใครที่พบศพนางตะเภาทองและสามารถปราบจระเข้ตัวนี้ได้จะมอบสมบัติของตนเองให้ครึ่งหนึ่ง และจะให้แต่งงานกับนางตะเภาแก้ว และแล้วก็ได้ไกรทองหนุ่มรูปหล่อจากเมืองนนทบุรี ซึ่งได้ร่ำเรียนวิชาการปราบจระเข้จากอาจารย์ จนมีความเก่งกล้า ฤทธิ์อาคมแกร่งได้รับอาสามาปราบชาละวัน ก่อนพบเจอเหตุร้าย ชาละวันได้นอนฝันว่า มีไฟลุกไหม้และน้ำท่วมทะลักเข้าถ้ำ เกิดแผ่นดินไหวแปรปรวน ทันใดนั้น ได้ปรากฏร่างเทวดาฟันคอชาละวันขาดกระเด็น จึงได้นำความฝันไปบอกกล่าวกับปู่ท้าวรำไพ เพราะเหตุการณ์ในความฝันเป็นลางร้าย ชาละวันต้องจำศีลในถ้ำ 7 วัน ถ้าออกไปนอกถ้ำจะพบภัยพิบัติถึงชีวิตวิมาลาจึงรับสั่งให้บริวารจระเข้คาบก้อนหินมาปิดปากถ้ำเอาไว้ เพื่อไม่ให้มนุษย์เข้ามาในถ้ำ

รุ่งเช้าไกรทองเริ่มตั้งพิธีบวงสรวงพร้อมท่องคาถา ทำให้ชาละวันเกิดอาการร้อนรุ่ม วิมาลาได้แต่คอยปลอบใจให้ชาละวันอดทนเข้าไว้ แต่สุดท้ายชาละวันก็ต้องออกจากถ้ำ แปลงกายเป็นจระเข้ขึ้นมาบนผิวน้ำเพื่อต่อสู้กับไกรทอง การต่อสู้ของคนกับจระเข้จึงเริ่มขึ้น ไกรทองกระโดดขึ้นบนหลังจระเข้ชาละวันอย่างรวดเร็วและแทงด้วยหอกสัตตโลหะ ทำให้อาคมของเขี้ยวเพชรเสื่อม หอกอาคมได้ทิ่มแทงชาละวันจนบาดเจ็บสาหัส และมันได้รีบหนีกลับไปที่ถ้ำทองทันที แต่ไกรทองก็ใช้เทียนระเบิดน้ำเปิดทางน้ำ ตามลงไปที่ถ้ำทันที วิมาลาและเลื่อมลายวรรณต้องการขอร้องให้ปู่ท้าวรำไพช่วย แต่ท้าวรำไพก็ไม่สามารถช่วยได้ เมื่อมาถึงถ้ำไกรทองได้พบกับวิมาลาด้วยความเจ้าชู้จึงเกี้ยวพาราสีจนนางใจอ่อนยอมเป็นชู้ จนนางตกใจวิ่งหนีเข้าถ้ำ ไกรทองจึงตามนางไป ส่วนชาละวันที่นอนบาดเจ็บอยู่ก็รีบออกมาจากที่ซ่อนตัวและได้ต่อสู้กับไกรทองต่อในถ้ำ จนชาละวันสู้ไม่ไหว ในที่สุดก็พลาดเสียท่าถูกแทงจนสิ้นใจตายตรงนั้น (บางสำนวนก็บอกว่าชาละวันถูกหอกอาคมของไกรทองแทงกลางหลัง แล้วร่างก็เปลี่ยนเป็นจระเข้ยักษ์นอนตายอยู่กลางถ้ำทอง)

และไกรทองก็ได้พานางตะเภาทองกลับขึ้นมา เศรษฐีดีใจมากที่ลูกสาวยังไม่ตาย จึงจัดงานแต่งงานให้ไกรทองกับนางตะเภาแก้ว พร้อมมอบสมบัติให้ครึ่งหนึ่ง แถมนางตะเภาทองให้อีกคน

ใจของไกรทองกลับนึกถึงนางวิมาลา จึงไปหาอยู่กินด้วย โดยทำพิธีทำให้นางยังคงเป็นมนุษย์แม้ออกนอกถ้ำทอง นางตะเภาแก้วและนางตะเภาทองจับได้ว่าสามีไปมาหาสู่นางจระเข้จึงไปหาเรื่องกับนางในร่างมนุษย์จนนางวิมาลาทนไม่ไหวกลับร่างเป็นจระเข้และไกรทองต้องออกไปห้ามไม่ให้เมียตีกันและอำลาจากนางวิมาลาด้วยใจอาวรณ์ สุดท้ายไกรทองก็ปรับความเข้าใจได้กับทั้งสองฝ่าย ทั้งมนุษย์และจระเข้อยู่อย่างสันติ

🕮 เกาะหนูเกาะแมว (ภาคใต้)

ความเป็นมา

เกาะหนูเกาะแมวเป็นนิทานที่อธิบายความเป็นมาถึงเรื่องเล่าของเกาะที่มีการเล่าขานเป็นนิทานที่เกี่ยวกับเกาะที่ปรากฏ อยู่บริเวณแหลมสมิหลาจังหวัดสงขลา

คุณค่า

เกาะหนูเกาะแมวเป็นนิทานประเภทอธิบายสถานที่ ซึ่งปรากฏอยู่ที่แหลมสมิหลา อำเภอเมือง จังหวัดสงขลา นิทานเรื่องนี้ให้แนวคิดว่าอย่าโลภมาก ให้มีความสามัคคีและแบ่งปันเอื้อเฟื้อต่อกัน

เรื่องย่อ

นานมาแล้วมีพ่อค้าขีนคนหนึ่งคุมเรือสำเภาจากเมืองจีนมาค้าขายที่เมืองสงขลา เมื่อขายสินค้าหมดแล้วจะซื้อสินค้าจากสงขลากลับไปเมืองจีนเป็นประจำ วันหนึ่งขณะที่เดินซื้อสินค้าอยู่นั้น พ่อค้าได้เห็นหมากับแมวคู่หนึ่งมีรูปร่างหน้าตาน่าเอ็นดู จึงขอซื้อพาลงเรือไปด้วย หมากับแมวเมื่ออยู่ในเรือนานๆ ก็เกิดความเบื่อหน่ายและอยากจะกลับไปอยู่บ้านที่สงขลา จึงปรึกษาหาวิธีการที่จะกลับบ้าน หมาได้บอกกับแมวว่าพ่อค้ามีดวงแก้ววิเศษที่ใครเกาะแล้วจะไม่จมน้ำ แมวจึงคิดที่จะได้แก้ววิเศษนั้นมาครอบครองจึงไปข่มขู่หนูให้ขโมยให้ และอนุญาตให้หนูหนีขึ้นฝั่งไปด้วย ครั้นเรือกลับมาที่สงขลาอีกครั้งหนึ่ง หนูก็เข้าไปลอบเข้าไปลักดวงแก้ววิเศษของพ่อค้าโดยอมไว้ในปาก แล้วทั้งสาม ได้แก่ หมา แมว และหนู หนีลงจากเรือว่ายน้ำจะไปขึ้นฝั่งที่หน้าเมืองสงขลา ขณะที่ว่ายน้ำมาด้วยกัน หนูซึ่งว่ายน้ำนำหน้ามาก่อนก็นึกขึ้นได้ว่าดวงแก้วที่ตนอมไว้ในปากนั้นมีค่า มหาศาล เมื่อถึงฝั่ง หมากับแมวคงแย่งเอาไปจึงคิดที่จะหนี หมากับแมวขึ้นฝั่งไป

ตามลำพัง ดวงแก้วจะได้เป็นของตนเองแต่เพียงผู้เดียวตลอดไป แต่แมวที่ว่ายตามหลังมาก็คิดจะได้ดวงแก้วไว้ครอบครองเช่นกัน จึงว่ายน้ำตรงรี่เข้าไปหาหนู ฝ่ายหนูเห็นแมวตรงเข้ามาก็ตกใจกลัวแมวจะตะปบจึงว่ายหนีสุดแรงและไม่ทันระวังตัว ดวง แก้ววิเศษที่อมไว้ในปาก ก็ตกลงจมหายไปในทะเล เมื่อดวงแก้ววิเศษจมน้ำไปทั้งหนูและแมวต่างหมดแรง ไม่อาจว่ายน้ำต่อไปได้ สัตว์ทั้งสองจึงจมน้ำตายกลายเป็น "เกาะหนู เกาะแมว" อยู่ที่อ่าวหน้าเมืองสงขลา ส่วนหมาก็ตะเกียกตะกายว่ายน้ำไปจนถึงฝั่ง แต่ด้วยความเหน็ดเหนื่อยจึงขาดใจตายกลายเป็นหินเรียกว่า "เขาตังกวน" เป็นภูเขาตั้งอยู่ริมอ่าวสงขลา ส่วนดวงแก้ววิเศษที่หล่นจากปากหนูก็แตกแหลกละเอียดเป็นหาดทราย เรียกสถานที่นี้ว่า "หาดทรายแก้ว" ตั้งอยู่ทางเหนือของอ่าวสงขลา

🕮 กล่องข้าวน้อยฆ่าแม่ (ภาคอีสาน)

ความเป็นมา

กล่องข้าวน้อยฆ่าแม่เป็นเรื่องที่เล่ากันมาจากบรรพบุรุษเพื่อใช้อบรมสั่งสอนบุตรหลาน หรือเพื่อความบันเทิงเริงใจเนื่องจากในสมัยก่อนนั้นยังไม่มีเทคโนโลยีเช่นในปัจจุบัน เนื้อเรื่องที่เล่าอาจเป็นเรื่องที่เกิดจากประสบการณ์หรือจินตนาการของผู้เล่าเอง มีทั้งเรื่องจริงและเรื่องที่แต่งขึ้น โดยประเด็นสำคัญก็คือ จุดมุ่งหมายในการให้คติสอนใจส่งเสริมการประพฤติตนอยู่ในศีลในธรรมข้อต่างๆ เช่น นิทานเรื่องกล่องข้าวน้อยฆ่าแม่ที่ให้คติสอนใจเรื่องของการมีสติและความกตัญญูต่อบิดา มารดา และความโกรธจนขาดสติที่นำพาสู่หายนะอันใหญ่หลวง

คุณค่า

มุ่งเน้นไปที่การมีสติ สอนให้คนมีความยับยั้งในอารมณ์ หากขาดสติยั้งคิดจะทำให้เกิดการสูญเสียที่ยิ่งใหญ่ ดังเช่นในนิทาน เมื่อเสียแม่ไป แม้จะสร้างธาตุใหญ่โตและสำนึกผิดตลอดชีวิตที่เหลืออยู่ แม่ที่ตายไปแล้วก็ไม่อาจฟื้นคืน ซึ่งนอกจากคติเตือนใจแล้ว เรายังได้เห็นถึงภาพความเป็นอยู่ของผู้คนชาวอีสานในสมัยก่อนจากการบรรยายถึงสภาพความเป็นอยู่ และการประกอบอาชีพของตัวละครสำคัญของเรื่อง

เรื่องย่อ

นานมาแล้วยังมีครอบครัวหนึ่ง มีลูกชายชื่อว่าทอง ทองเป็นชายหนุ่มนิสัยวู่วามเอาแต่ใจตนเอง วันหนึ่งเขาออกไปทำนาตั้งแต่เช้ามืด รออยู่จนสายไม่เห็นแม่นำข้าวมาส่งทำให้เขารู้สึกหงุดหงิดเพราะหิวจนแสบ

ท้องคอยชะเง้อมองหาแม่ ครั้นดวงตะวันลอยสูงขึ้นเกือบจะตรงศรีษะเห็นแม่ถือกล่องข้าวเดินกระย่องกระแย่งมาแต่ไกลทองรีบลุกออกจากร่มไม้ตรงเข้าไปต่อว่าทันที

"แม่มัวทำอะไรอยู่ รู้หรือเปล่าว่าข้าหิวจวนจะเป็นลมอยู่แล้ว"

"อย่าโกรธเลยลูก" แม่หยุดยืนหอบหายใจถี่ๆ ด้วยความเหนื่อยเนื่องจากเดินฝ่าเปลวแดดมาเป็นระยะทางไกล

"แม่เป็นไข้ไม่ค่อยสบายพอลุกขึ้นไหวก็รีบหุงข้าวหุงปลาแล้วเอามาให้ลูกนี่แหละ"

"แล้วทำไมถึงเอาข้าวใส่กล่องใบเล็กนิดเดียวมาให้ข้าจะพอกินได้ยังไง"

"ถึงกล่องจะเล็ก แต่แม่ก็อัดข้าวมาแน่นนะลูก"

"พูดมากอยู่นั่นแหละ รีบส่งข้าวมาให้ข้าเร็วเข้า"

ทองกระชากกล่องข้าวมาจากมือแม่จนแม่เสียหลักล้มลง แต่ชายหนุ่มก็ไม่สนใจใยดี รีบเปิดกล่องข้าวกินอย่างหิวโหย เมื่ออิ่มแล้วจึงรู้ว่าแม่พูดจริงเพราะข้าวในกล่องยังเหลืออีกตั้งมาก ทองเห็นแม่นอนแน่นิ่งไม่เคลื่อนไหวรีบเข้าไปดู ปรากฏว่าหญิงชราล้มหัวฟาดพื้นสิ้นใจไปแล้ว ชายหนุ่มเริ่มสำนึกตัวว่าตนเองทำรุนแรงกับแม่ เขาเข้าไปกอดศพแม่ร้องไห้รำพัน

"แม่จ๋าลูกผิดไปแล้ว ลูกไม่น่าทำแบบนี้กับแม่เลย"

แต่แม่ของเขาก็ไม่มีวันฟื้นขึ้นมาได้อีกแล้ว ทองได้สร้างพระธาตุขึ้นมาองค์หนึ่ง ณ ที่นั้น เพื่ออุทิศส่วนกุศลและใส่กระดูกของแม่ไว้

เนื่องจากลักษณะของพระธาตุคล้ายกล่องที่แม่ใส่ข้าวมาให้ ชาวบ้านจึงเรียกว่า "พระธาตุกล่องข้าวน้อย" ซึ่งในปัจจุบันอยู่ในเขตจังหวัดยโสธร (ยโสธรเคยเป็นจังหวัดหนึ่งในจังหวัดอุบลราชธานี)

ข้อคิดจากนิทานเรื่องนี้ เราเป็นลูกควรจะมีความกตัญญูกตเวทีต่อพ่อแม่ ไม่ควรทำอะไรวู่วามเอาแต่ใจตนเอง ไม่เช่นนั้นจะได้รับความเดือดร้อนเหมือนกับนิทานเรื่องนี้

คำศัพท์

พระมเหสี 王后

กิตติศัพท์ 名声，声望

ขับซอ 歌唱

พร่ำ 不停，总是

คลั่งไคล้ไหลหลง 迷恋

พฤติกรรม 行为举止

สิง（鬼魂）附身

อธิฐาน 祈祷、祷告

ดวงชะตา 命运

ผิดปกติ 失常

เรียกร้อง 号召

เหตุการณ์ 事态，局势

บัดดล 当时

ลักลอบ 偷偷

ไต่สวน 审讯

กริ้ว [王] 生气

ระดมยิง 集中火力射击

ห่าฝน 一阵雨

ต้านทาน 抵抗

วิปโยค 悲惨，悲伤

สังเกต 观察，注意

ร่ำลือ 谣传；流传

พรรณนา 描写

ทำเสน่ห์ 施迷魂术

กระทั่ง 撞击

กระยาหาร 膳

จุดประสงค์ 宗旨

เสี่ยง 冒险

เวียนวน 盘旋，绕圈

ย่อท้อ 气馁

เนรมิต=นิรมิต（用法术）点化

พระราชอุทยาน 御花园

รีรอ 等待；迟疑

เปิดเผย 公开

กราบทูล 禀告

อภิเษกสมรส 结婚典礼

ประดุจดัง 好像

โล่ 盾牌

กำบัง 隐蔽，掩蔽

บูชา 祭祀，供奉

วิเศษ 神奇的
บาดแผล 伤口
ลุ่มหลง 沉迷
บ่าวไพร่ 仆人
อาละวาด 胡闹，大吵大闹
ดำดิ่ง 垂直潜入
ฟื้น 苏醒，恢复意识
เวทมนตร์ 符咒
ปราบ 征缴，讨伐
บวงสรวง 祭祀，祭神
อาคม 符咒，咒
สันติ 和平
เบื่อหน่าย 厌烦
ข่มขู่ 威胁，恐吓
มหาศาล 巨大的
ตะปบ 猛抓
ตะเกียกตะกาย 竭力攀爬
แตกแหลก 破碎
วู่วาม 急躁，冲动
งุดหงิด 暴躁，烦躁
ชะเง้อ 伸着脖子张望
หอบหายใจ 气喘吁吁
ฝ่าเปลวแดด 顶着烈日

ทะเลาะวิวาท 争吵
ปกครอง 统治，管理
ธิดา 女儿
อันธพาล 恶霸
วุ่นวาย 混乱
ตะลึง 发愣，发呆
เกี้ยวพาราสี 挑逗，调戏
ประกาศ 宣布
ร่ำเรียน 求学，学习
ทิ่มแทง 刺痛
อาวรณ์ 留恋，依恋
เอ็นดู 可爱，喜爱
ครอบครอง 占有，持有
ครั้น 当……时候
แย่ง 争夺
สุดแรง 竭尽全力
เหน็ดเหนื่อย 疲倦
เอื้อเฟื้อ 帮助，接济
เอาแต่ใจ 任性，随心所欲
แสบ 刺痛
กระย่องกระแย่ง 蹒跚
เหนื่อยหน่อย 疲惫
อัด 塞，压

กระชาก 猛拉，猛拽

สนใจใยดี 关心

แน่นิ่ง 定定地

ฟาด 鞭打，抽打

สำนึก 意识

รำพัน 悲叹，泣诉

อุทิศ 捐献

ข้อคิด 启示

เดือดร้อน 痛苦

เสียหลัก 失去平衡

หิวโหย 饥饿

เคลื่อนไหว 移动，运动

สิ้นใจ 停止呼吸

รุนแรง 激烈

พระธาตุ 佛陀

กุศล 慈善，功德

กตัญญูกตเวที 感恩，知恩

แบบฝึกหัด

ตอนที่ ๑ จงเลือกคำตอบที่ถูกที่สุดเพียงข้อเดียวตามเนื้อเรื่อง

๑.พ่อค้าในเรื่องเกาะหนูเกาะแมวเป็นคนประเทศไหน

ก.คนจีน ข.คนเวียดนาม ค.คนไทย ง. คนพม่า

๒.พ่อค้าซื้อสินค้าอะไรบ้างจากสงขลา

ก.หมากับแมว ๒ คู่ ข.หมากับแมว ค.แมว ๒ คู่ ง.หมา ๒ ตัว

๓.เกาะหนูเกาะแมวยู่ที่ไหน

ก.อยู่ที่อ่าวหน้าเมืองสงขลา ข.อยู่ที่อ่าวหลังเมืองสงขลา

ค.อยู่ทางเหนือของอ่าวสงขลา ง.อยู่ที่เมืองจีน

๔.ใครลอบเข้าไปลักดวงแก้ววิเศษของพ่อค้า

ก. แมว ข. หมา ค. หนู ง. แมวกับหมา

๕.ทำไมหมากับแมวอยากไปอยู่บ้านที่สงขลา

ก. สงขลามีอาหารอร่อยมาก ข.พ่อค้าไม่ชอบพวกมัน

ค. พวกมันคิดถึงพ่อแม่แล้ว ง.พวกมัมอยู่ในเรือนานแล้วก็เกิดความเบื่อหน่าย

๖.สุดท้ายใครได้รับดวงแก้ว

ก.หมา ข.หนู

ค.แมว ง.พวกมันไม่มีใครได้รับเพราะมันแตกแหลกแล้ว

ตอนที่ ๒ จงพิจารณาดูว่าประโยคข้างล่างถูกหรือผิด

๑.ทองเป็นชายหนุ่มนิสัยวู่วามเอาแต่ใจตนเอง ( )

๒.คุณแม่เอาข้าวใส่กล่องใบใหญ่ไปให้ทอง ( )

๓.เมื่อคุณแม่ของทองตายแล้ว ทองรู้สึกเศร้ามาก ( )

๔.คุณแม่ไปส่งข้าวให้ทองช้ากว่าปกติเพราะแม่ปวดหัวไม่ค่อยสบาย ( )

๕.ทองสร้างพระธาตุเพื่อบูชาแม่ของเขา ( )

๖.ร่างกายของแม่ไม่แข็งแรง ( )

๗.ชาละวันใช้เวทมนตร์สะกดให้ตะเภาแก้วรักและยอมเป็นภรรยาของเขา ( )

๘.ชาละวันได้จระเข้สาวสองตัวเป็นเมียคือ วิมาลากับเลื่อมลายวรรณ ( )

๙.ท้าวรำไพเป็นจระเข้เฒ่าผู้ทรงศีล ไม่กินเนื้อมนุษย์และสัตว์ ( )

๑๐.ชาละวันกินเนื้อมนุษย์ ไม่รักษาศีลเหมือนท้าวรำไพ ( )

๑๑.ไกรทอง หนุ่มรูปหล่อจากเมืองพิจิตร ซึ่งได้ร่ำเรียนวิชาการปราบจระเข้ ( )

๑๒.ตะเภาแก้วและตะเภาทองเป็นธิดาของเศรษฐี ( )

๑๓.สุดท้าย ไกรทองแต่งงานกับตะเภาแก้วและตะเภาทองแล้ว ( )

๑๔.เมืองพิจิจรมีพี่น้องคู่หนึ่ง ชื่อนางตะเภาทอง ผู้พี่ และนางตะเภาแก้ว ผู้น้อง ( )

๑๕.ท้าวรำไพมีบุตรชื่อชาละวัน ( )

ตอนที่ ๓ จงตอบคำถามต่อไปนี้

๑. เมื่อพระลอกราบทูลให้ท้าวพิชัยวิษณุกรทรงทราบเรื่องที่ได้ทรงรักกับพระธิดาสององค์ พระองค์ทรงมีพฤติกิริยาอะไรบ้าง

๒.พระลอเป็นคนอย่างไร

๓.ชาละวันเป็นใคร นิสัยอย่างไร

๔.เศรษฐีมีธิดา ๒ คน ชื่ออะไรบ้าง

๕.ชาละวันใช้วิธีอะไรทำให้ตะเภาทองหลงรักและยอมเป็นภรรยา

๖.ไกรทองเป็นใคร

๗.ทำไมชาละวันสั่งให้บริวารจระเข้คาบก้อนหินมาปิดปากถ้ำเอาไว้

๘. ไกรทองต่อสู้กับชาละวัน สุดท้ายใครชนะ

๙. สุดท้ายไกรทองแต่งงานกับใคร และเขาจะได้อะไร

๑๐.พ่อค้าซื้ออะไรพาลงเรือไปด้วย

๑๑.ใครไปขโมยดวงแก้ววิเศษ

๑๒.สุดท้าย หนู แมวกับหมาตายไปทั้งหมดหรือไม่

๑๓.ดวงแก้ววิเศษแตกแหลกเปลี่ยนเป็นอะไร

๑๔.สุดท้าย ใครกลายเป็นภูเขา

๑๕.บ้านเกิดของแมวและหมาอยู่ที่ไหน

๑๖.ในเรื่องย่อ*เกาะหนูเกาะแมว*มีตัวละครกี่คน ใครบ้าง

๑๗.ในเรื่อง*เกาะหนูเกาะแมว*แมวกับหนูมีนิสัยอย่างไรจงอธิบาย

๑๘.พ่อค้าจีนขายสินค้าหมด แล้วเขาจะทำอะไร

๑๙.แก้ววิเศษของพ่อค้าจีนเป็นอย่างไร

๒๐. วันที่เกิดเรื่องนี้ ทองออกไปทำอะไร

๒๑. ทำไมแม่มาสาย

๒๒. ทองมีนิสัยเป็นอย่างไร

๒๓. ทองทำอะไรเมื่อสำนึกตัวว่าตนเองทำรุนแรงกับแม่

๒๔. ทำไม “พระธาตุกล่องข้าวน้อย” เชื่อ “พระธาตุกล่องข้าวน้อย”

๒๕. จากเรื่อง “กล่องข้าวน้อยฆ่าแม่” คุณรู้สึกอย่างไร

ตอนที่ ๔ จงเล่าเรื่องย่อที่เรียนมาให้เพื่อนนักศึกษาฟัง

๑.เล่าเรื่องย่อพระลอให้เพื่อนนักศึกษาฟัง

๒.เล่าเรื่องย่อเกาะหนูเกาะแมวให้เพื่อนในห้องฟัง

๓.จงเล่าเรื่องย่อกล่องข้าวน้อยฆ่าแม่ให้เพื่อนนักศึกษาฟัง

ตอนที่ ๕ ดูละครหรือภาพยนตร์ที่ดัดแปลงจากเรื่อง "ไกรทอง" แล้ววิเคราะห์สภาพความเป็นอยู่ของผู้คนในภาคกลางของประเทศไทยและลักษณะบุคลิกภาพของผู้ชายคนไทย

บรรณนุกรม

[1] เล่าเรื่องสั้นนิทานไทยพร้อมสุภาษิตสอนใจ [M].กรุงเทพฯ:สถาบันบันลือธรรม, 2556.

[2] รศ.วิเชียร.เกษประทุมเล่าเรื่องขุนช้างขุนแผน [M].กรุงเทพฯ:บริษัท สำนักพิมพ์ พ.ศ.พัฒนาจำกัด, 2555.

[3] รศ.วิเชียร.เกษประทุมเล่าเรื่องพระอภัยมณี [M].กรุงเทพฯ:บริษัท สำนักพิมพ์ พ.ศ.พัฒนาจำกัด, 2563.

[4] รศ.วิเชียร.เกษประทุมเล่าเรื่องไกรทอง [M].กรุงเทพฯ:บริษัท สำนักพิมพ์ พ.ศ.พัฒนาจำกัด, 2553.

[5] รศ วิเชียร.เกษประทุมเล่าเรื่องขุนช้างขุนแผน [M].บริษัท สำนักพิมพ์ พ.ศ.พัฒนาจำกัด, 2555.

[6] เอกรัตน์ อุดมพร.วรรณกรรมสมัยกรุงรัตนโกสินทร์ราชกาลที่๑-๒-๓ [M].กรุงเทพฯ:สำนักพิมพ์พัฒนาศึกษา, 2560.

[7] เอกรัตน์ อุดมพร.วรรณกรรมสมัยกรุงรัตนโกสินทร์ราชกาลที่๔-๕-๖ [M].กรุงเทพฯ:สำนักพิมพ์พัฒนาศึกษา, 2560.

[8] เอกรัตน์ อุดมพร.วรรณกรรมสมัยกรุงรัตนโกสินทร์ราชกาลที่๗-๘-๙ [M].กรุงเทพฯ:สำนักพิมพ์พัฒนาศึกษา, 2560.

[9] 裴晓睿 . 泰国民间故事 [M]. 沈阳：辽宁少年儿童出版社，2012.

[10] 金勇 . 泰国民间文学 [M]. 银川：宁夏人民出版社，2011.